रसिया

माझ्या रसियास...

TM
दिलीपराज प्रकाशन प्रा. लि.
२५१ क, शनिवार पेठ, पुणे - ४११०३०.
दिलीपराज प्रकाशनाची सर्व पुस्तके आता आपण Online खरेदी करू शकता.
आमच्या Website ला कृपया एकदा अवश्य भेट द्या अथवा Email करा.
Email - diliprajprakashan@yahoo.in
www.diliprajprakashan.in

रसिया

एक सल......

(ललितबंध)

सुनीता झाडे

दिलीपराज प्रकाशन प्रा. लि.[TM]

२५१ क, शनिवार पेठ, पुणे - ४११ ०३०.

रसिया

Rasiya

ISBN : 978 - 93 - 5117 - 029 - 7

प्रकाशक । राजीव दत्तात्रय बर्वे । मॅनेजिंग डायरेक्टर ।
दिलीपराज प्रकाशन प्रा. लि.।
२५१ क, शनिवार पेठ, पुणे ४११०३०.
दूरध्वनी क्रमांक (फॅक्ससहित)
२४४७१७२३ । २४४८३९९५ । २४४९५३१४

© प्रकाशकाधिन

सुनीता झाडे

२०४, निलायम अपार्टमेंट, रिंग रोड,
टी-पॉइंट, नागपूर ३६

मुद्रक । Repro India Ltd, Mumbai.

प्रथमावृत्ती । १५ डिसेंबर २०१४

प्रकाशन क्रमांक । २१८८

अक्षरजुळणी । सौ. मधुमिता राजीव बर्वे
पितृछाया मुद्रणालय
९०९, रविवार पेठ
पुणे ४११००२.

मुद्रितशोधन । ------

मुखपृष्ठ । हेमंत देशपांडे

खरं तर 'रसिया' ही एक सल आहे...

ज्या मैत्रिणींमुळे मला ही सल अनुभवता आली त्यांचे आणि जिच्यामुळे ही दृष्टी लाभली त्या माऊलीचे विशेष आभार.

किती छान नाव ठेवलंस?
- ...
कुणासारखी रे ही?
- ...
तुम्हा दोघांसारखी दिसत नाही
- ...

जरा उशिराच,
तिला आत जाताना बघून हलकेच,
आतल्या आवाजात म्हणालास,
- ही ना, तिच्यासारखी दिसतेय...
नावही तिनेच सुचवलेलं....

त्याच्या तत्त्वात शामील असलेल्या
प्रेयसीचे हे रूप...

मना,
म्हणजे मलाही जाता येईल
असं झिरपत तुझ्या आतून
माझ्या मायेचा पाझरही अंकुरेल
असाच तिच्या कुशीतून
मग मीही तुझ्या मुलीत परिणीत,
परिणिता होऊन... रसिया

१...

... रात्रीचे अकरा वाजतात.

सगळीकडे सामसूम होते. तिला मात्र नुकतीच संध्याकाळ झाल्यासारखे वाटते. घरात टीव्ही नसल्यामुळे ती तिचा वाचनाचा छंद जोपासत बसते... मध्येच केव्हातरी तिला डुलकी लागते. तोच दीड-दोनच्या सुमारास बेल वाजते, ती दचकते. हृदयाची धडधड शांत करीत, केस आवरत, स्लीवलेस गाऊनवर शाल पांघरत, हळूच खिडकीचा पडदा दूर सारते. समोर तिचा रसिया आलेला... त्याला आल्याचं पाहून तिला आनंद होतो. ती दार उघडते. लटकेच आपला राग व्यक्त करते. तर तो... वाट बघत होती म्हणजे काय... झोपलीच होतीस ना? तिला काय बोलावे सुचत नाही, त्याचा थकलेला चेहरा पाहून तिला अपराध्यासारखं वाटतं. किती कष्ट करतो हा आपल्यासाठी, आपल्या घरासाठी, त्याच्या स्वप्नासाठी, त्याच्या यशासाठी. बारा-बारा, पंधरा-पंधरा तास खपतो आणि आपण? तेव्हा त्याच्यासाठी काय करू आणि काय नको असं होऊन जातं. तो दोन घास खाऊन कसाबसा झोपी जातो. ही आपली झोप गेल्यावर झोप यायची वाट पाहत थांबते. उद्याच्या आपल्या कामासोबत त्याच्या तयारीचा आराखडा तयार करते. रात्री जास्त झाल्यामुळे सकाळी त्याच्यासाठी दह्याचं विरजण लावते.

दुसऱ्या दिवशी परत रात्रीचे अकरा वाजतात. सगळीकडे सामसूम होते, तिला मात्र नुकतीच संध्याकाळ झाल्यासारखे वाटते, घरी टी.व्ही. नसल्यामुळे ती तिचा वाचनाचा छंद जोपासते...

पण आज तिला झोप येत नाही. मध्येच अंगणातल्या झाडाचं बेलफळ पडण्याचा आवाज येतो, त्या आवाजासरशी कुत्री भुंकतात. आपल्याला भीती वाटावी असं काहीतरी घडावं बसं तिला वाटते पण... एक वेळ तिच्या मनात येतं, आपल्या घरी चोर यावा, डाकू यावा, आपल्या घरचं सामान लुटावं, आपल्यावर बळजबरी करावी, कदाचित तेव्हातरी हा लवकर घरी येईल. पण असं काहीच घडत नाही... बरोबर सव्वादोन वाजता बेल वाजते. ती काहीच बोलत नाही. तो एकशे एकवीसपैकी एक बहाणा सांगतो. ती ऐकते. आपला एकटेपणा शब्दांत सांगण्याचा प्रयत्न करते... पण तो? माझ्या केसांतून बोटं

फिरविल्याशिवाय मला झोप येत नाही, असं म्हणतो आणि काही मिनिटांत त्या कुरवाळण्यात झोपी जातो. ती तशीच सताड उघड्या डोळ्यांनी पाहत असते...

... कधी वाटतं, हा डोक्यावर गरगर फिरणारा पंखा खाली पडेल आणि फिरत आपले चिप्स करेल, पण याला काही व्हायला नको. अगदी आत्ता भूकंप जरी झाला, तरी याच्या अंगावर, वर-खाली काही पडायला नको. मी त्याच्यावर चादरीसारखी लपेटून जाईन, पण याला काही व्हायला नको, कारण याच्याशिवाय कोणतीच कल्पना तिला सहन करता येत नाही...

तिच्या मनाचा एकच प्रश्न, आपलं याच्यावर इतकं प्रेम असताना याचं आपल्यावर काहीच का प्रेम नाही...?

अशावेळेस ती स्त्रीचं प्रेम वात्सल्यपूर्ण असते, तर पुरुषाचं...? अशा विचारांनी स्वतःची समजूत काढतेय.

तिला जेव्हा इतर स्त्री-नातेवाइकांकडून प्रश्न यायचे... तू त्याला समजावत का नाहीस? तुला तुझ्या नवऱ्याला काबूत ठेवता येत नाही का? वगैरे वगैरे... अशा वेळी तिला वाटायचे, एकमेकांना मुठीत ठेवून राहण्यापेक्षा एकमेकांच्या मिठीत राहायचा प्रयत्न केला, तर... खरंतरं या प्रयत्नांत तिला त्याची बायको होता आले नाही. ती त्याच्यासोबत प्रेयसीसारखे वागत राहिले आणि तो कदाचित बायकोच्या शोधात राहिला... आणि हे असंच सुरू... ती सकाळी त्याचं गंध-पावडर करून त्याला ऑफिसमध्ये पाठवायची आणि तो ते सर्व मिटवून कधी रात्री, कधी मध्यरात्री, कधी पहाटे...

एक दिवस असेच,

रात्रीचे अकरा वाजतात. सगळीकडे सामसूम होते, तिला मात्र नुकतीच संध्याकाळ झाल्यासारखे वाटते, घरी टी.व्ही. नसल्यामुळे ती तिचा वाचनाचा छंद जोपासते... पण आज,

आज ती अधिक आतुरतेनं वाट पाहतेय. आज तिनं बाजारातून त्याच्या आवडीची निशिगंधाची फुलं, त्याच्या आवडीची मिठाई आणलेली. चारही कोपऱ्यांत रूम फ्रेशनर मारलेला असतो. आज अगदीच त्याला हवं तसं...

आता दर सेकंदाला तिला त्याच्या गाडीचा आवाज ऐकू येतो. तशी ती दार उघडण्याच्या तयारीत असतेही, पण उशिरा लक्षात येतं की, पंख्याचा आवाज, पडद्याची सळसळ, रातकिड्यांचा किर्र... असा सगळ्यांचा संमिश्र आवाज त्याच्या गाडीच्या इंजिनासारखा येतो, पण तो येत नाही.

आता निशिगंधाच्या सुवासात तिला गुदमरायला होतं, स्वतःवर सपासप

वार करून रक्तबंबाळ व्हावंसं वाटतं. ती इतकी का सोसतेय, तिला कळत नाही... आणि नकळतच स्फुंदायला लागते.

स्फुंदून स्फुंदून रडायला लागते. एकवेळ ही भीती असतेच की कोणी ऐकलं तर काय म्हणेल? कदाचित तिचं सांत्वन करेल, या आशेने ती रडते. उर बदडून रडते. शेवटी सर्व सोडून निघून जायचा विचार करते. कुठे जाणार? हा प्रश्न नसतो. सर्व मार्ग मोकळे असतात. नुसते मोकाट...

अशातच सकाळ होत आलेली असते. तशी रोजच्याप्रमाणे ती फडा हातात घेते. रात्री जमलेली द्वेषाची, सूडाची धूळ बाहेर टाकत. आपल्या रसियाला जाग यायची वाट पाहते...

२...

... 'तो' तिचं जगणं आपल्याभोवती गुरफटवून टाकणारा.
जाणीवपूर्वक; तिला स्वतःत रुतून ठेवणारा.
त्याचे सॉक्स, त्याचा रुमाल, त्याचे कपडे,
त्याची इस्त्री, त्याची घडी...
घडीतल्या इतक्या वाजता त्याचा नाश्ता जेवण...
त्याची जाण्याची वेळ, येण्याची...
त्याने त्याला हव्या त्या क्षणी तिला दिलेली साथ;
तिच्या वाट्याला आलेल्या क्षणांना
आपली सवय देऊन गेला.
म्हणजे तिच्या रुखरुखीत आणि तिच्या हुरहुरीतही
त्याचाच श्वास भरून पावला.
हे असं फार धोरणानं राबवलं गेलं.
राबत्या घराचा आब तुझ्याच हाती म्हणून
तिच्या हातून सुटून, तिला ओलित केलं.
म्हणून मग तिचा प्रत्येक तास त्याचा,
सकाळ, दुपार, संध्याकाळ,
चिमण्यांची शाळा संपेपर्यंत...
ती... शरीर, मनाच्या पातळीवर जगणारी.
शरीरासोबत जगता जगता मन कंटाळलं की,
मनाचा वेगळा संसार सुरू...
इथला 'तो' तिला मनापासून जपणारा.
तिच्या भाव-भावनांची दखल घेणारा.
तिच्या विचारांना साथ देणारा.
तिच्या पंखांना बळ देणारा.
तिचा 'मित्र'.
इथे मालक असलेल्या 'तो'ची तुलनाच नाही.

जो तिला 'इस्टेट' समजतो.
मित्र तिला तिचे 'स्टेट्स' देतो.
दोघे क्लिअर. दोन्हींत गफलत नाही.
पण कुठल्यातरी एका क्षणी...
शरीराची आणि मनाची रेषा पुसट व्हायची भीती...
आपण 'त्याला' फक्त शरीराने साथ देऊन,
फसवत तर नाही ना? किंवा
स्पर्शाविना प्रेमाची भाषा
कोरडी, बाष्फळ बडबड तर ठरत नाही?

तिच्या 'इव्ह'ला पडलेला प्रश्न.
...आणि एक दिवस मित्रच
'तुझा प्रत्येक विषय त्या 'तो'शीच संबंधित असतो.
त्याच्याशिवाय दुसरं काहीच दिसत नाही का?...'
ती मुग्ध हसते.
तिला तिच्या दुःखाचं मूळ कळतं.
आता ती 'तो' पासून जरा वेगळी होऊ पाहते.
तोच तिच्या लक्षात येतं,
मित्र 'तो'ची जागा घेऊ पाहत आहे...

#

३...

...मी प्रेमात पडलेय
हे ऐकून मी सुन्न झाले.
प्रेमाला वयाचे, जातीचे, धर्माचे कसलेही बंधन नसते.
पण आपण प्रेमात वयही मानतो, जातही मानतो आणि धर्मही.
आयुष्याच्या या वळणावर मनाचा असा तोल जावा?
हो, तोलच म्हणता येईल!
कारण शरीर-मनाचा खूप तोल सांभाळून
मी तिला संसार करताना पाहिलंय...

तिचा रीतसर ठरलेला विवाह.
तिला सारेच रीतसर देऊन गेला... सुख आणि दुःखही.
समाधान तेवढं राहून गेलं.
पण त्याची कोणीच दखल घेतली नाही.
नवरा आणि नोकरीमध्ये,
घर, मुलं, नातेवाईक... असा पसारा वाढतच गेला.
आता त्यांनी पसरवायचं आणि हिने सावरायचं.
समतोल राखून, मग आताच असं काय झालं?

...म्हणाली, त्या दिवशी घरी कोणीच नव्हतं,
म्हणून सहज टी.व्ही. ऑन केला.
"...." सिनेमा जस्ट सुरू झाला होता.
सिनेमातील हिरोइनचे सुरुवातीचे संवाद मनाला भिडणारे,
सोसणारे... सोलणारे... तुलनात्मक द्वंद्व सुरू करणारे...

मी खिळून गेले. पुढे तिच्या आयुष्यात येणाऱ्या पुरुषांवर भाळले,
इतके की त्याचा पिच्छाच पडला.

त्याचे तिच्यासाठी हळवे होणे, तिच्यावर रागावणे, तिला मनविणे.
त्याचा तो आवेग... मनाला कुठंतरी हवाहवासा वाटून गेला.
मग आपल्याही आयुष्यात तो किंवा त्याच्यासारखा कुणीतरी...
आता वाटू लागलंय, आयुष्यातील सगळीच वळणे धोक्याची!

डॉक्टरी भाषेतील हे हार्मोन्सचे असंतुलन
जिवाला किती कासावीस करून जातं
आणि जीव जडतो, जीव तुटतो तेव्हा हे शास्त्रीय कारण
लक्षात तरी राहतं काय?
असं प्रेमात तोल न जाऊ देणारी समाधानाची गोळी असती तर...

❀❀

४...

... चौदा फेब्रुवारीला तिचा फोन आला.

- हॅपी व्हॅलेनटाईन डे.

- का तो इथे नाही?

- आहे पण त्याला विश करावंसं वाटलं नाही.

खरंतर अधिकृतपणे तो केवळ माझ्याच प्रेमाचा दावेदार

असं मला आता आतापर्यंत वाटायचं, पण आज नाही वाटत...

- गुड!

- एके काळी आपण जिवापरिस प्रीती केलेला हाच का, असा प्रश्न आज
पडतो.

- होतं असं कधी कधी.

- नाही, एव्हाना वारंवार असंच वाटायला लागलंय. त्या दिवशी प्रसन्नासमोरही
बोलून गेले, तर ती म्हणाली, ''वहिनी, प्रेमविवाहात पश्चात्ताप आला म्हणजे
आपलं प्रेम फसलं असं समजावं. मी बऱ्याच ठिकाणी पाहिलंय, प्रेमात सफलता
मिळाली तरी प्रेमविवाह असफल ठरतात...''

- तिचा प्रेमभंग झालाय ना गं?

- हो... आताशा वाटतेय ज्यांना प्रेमात अपयश मिळालं, त्यांचा शाप
लागलाय!

- नाही, असं-बिसं काही नाही, प्रेम आंधळं असतं म्हणून.

- डोळस प्रेम करता येऊ शकतं, यावर माझा विश्वास नाही.

- तरी... काय पाहिलं होतं त्याच्यात?

- आपल्याकडे कुणीतरी पाहावं त्या काळात... त्याने मला पाहिलं,
ओळखलं, समजलं, माझा होऊन माझ्या पाठीशी राहिला. माझ्या गरजेला
पुरला, आणखी काय हवं होतं तेव्हा, बस!

- मग आताच काय झालं?

- त्याने माझा विश्वास तोडला. हा माझ्या गुणांचं चीज करेल, मला
सांभाळेल, माझी जबाबदारी घेईल... असं खूप काही काही वाटत होतं तेव्हा.

पण आज, मी फक्त 'आया' आहे त्याची, मुलांची, त्याच्या कुटुंबीयांची. माझं स्वत:चं असं काही नाही.

- म्हणजे माझं नाव, गाव, वस्तू, प्राणी हाच...

- आता वाटतं ते सर्व चांगलंच चांगलं, जाणूनबुजून होतं, मला फसविण्यासाठी.

- कळलं तर...

- पण फार उशिरा.

- आता काय करणार?

- काही नाही... तुझ्याशी गप्पा मारून माझं पोट भरलंय, पण यांच्यासाठी तर काही करावं लागेल, आज '...' करण्याच्या विचारात आहे.

- कोणी आलं काय?

- हो चल बाय, मी नंतर बोलते.

- टाकून द्यायची इच्छा असताना ही टिकवून ठेवण्याची धडपड...
हॅपी व्हॅलेनटाईन...?

⁂

५...

...त्याच्या घराजवळून जाणाऱ्या त्या वळणावर
गाडीचा वेग मंदावतो. आपसूकच.
तसं त्या वळणापासून घर आत खोलवर तरी...
नेहमीचा आपला एक चान्स की तो समोरून येईल...
तो पाठमोरा निघून जाईल...
किंवा फळं घेताना... ब्रेड घेताना...
मेडीसीनमध्ये कुठंतरी... कधीतरी.
मी दिसेल या आशेनं उभा माझ्यासारखाच
चारचौघांत मिसळून, एकटा उरलेला.
कुण्या आटोच्या मागे, गुलमोहराखाली...
उगाच उगाचंच असं काही-बाही वाटून
गाडी मंदावते आणि मीही...
पण तो आसपास कुठेच दिसत नाही.
मग स्पीडब्रेकरची मर्यादा ओलांडताच
आम्ही सुसाट अगदी सुसाट वेगानं धावत सुटतो.
कुठे आदळत नाही. आपटत नाही.
आतली जखम आतच वाहत असते.
तुझे अगणित वार सोसून.
नाही-नाही ते आरोप-प्रत्यारोप,
चर्चा, कारण काहीच नाही.
तसं घडलं असतं तर सोक्षमोक्ष लावताही आला असता.
पण आपल्यात तर भाषा नाही, स्पर्श नाही.
जुळली फक्त नजर, नजरांची नजरानजर...
कसं ना! कार्तिकेयसमोर नतमस्तक होताना
तू-मी एकाच वेळी गरुडाच्या शेजारी
त्यानंतर दोन-तीनदा आमने-सामने

यानंतर दोन-तीनदा नजरानजर
त्यानंतर दोन-तीनदा तसंच तसलंच
आणि मग अशिक्षित मनाचा खेळ.
भातुकलीचा.
मनातल्या मनातच कित्येक तास,
कित्येक दिवस, दिवसेंदिवस...
आणि मग, अचानक तू दिसेनासाच झाला...?
मी गरुडाला विचारलं, कार्तिकेयाला विचारलं.
वृंदावनातल्या तुळशीला, दारात मोहरलेल्या जाईलासुद्धा
पण साऱ्यांचंच मौन. सारे जसे तुझे राजदार.
माझंच कोणी नाही....
तुझी वेळ बदलली असेल म्हणून एकदा सकाळी.
एकदा दुपारी, एकदा संध्याकाळी अशा अनेकदा अनेक वेळा...
तू दिसायचा त्या चौकापासून गरुडापर्यंतच्या सततच्या येरझारा...
एकदा थकून गरुडाशेजारी हात जोडले असता बाजूला तू उभा!
तुझ्या शेजारी...
तेव्हा तू हसलास.
गालातल्या गालात कार्तिकेयसुद्धा...

☀☀

६...

...आपल्या भेटीची हीच जागा ठरणार आहे काय?

त्याच्या नाराजीचा सूर.

तिच्या मनात मात्र चांदणं उमटलेलं....

काचेच्या भिंतीतील तो कोपरा प्रकाशाच्या झुबक्यांनी अधिक निखारलेला. सभोवतीचा पारदर्शी परिसर आणि मंद आवाजातील तिची ठरलेली गाणी... कुठलीही सावली, पडदा नसलेली ती जागा तिच्यासारखीच लख्ख. (म्हणून जास्त आवडत असलेली) पुढ्यात तो. तिच्याशिवाय दुसरं काहीच, कोणीच पाहायची इच्छा नसलेला. त्याची नजर तिच्यावर ती सौख्याच्या शोधात...

मला तुला डोळे भरून पाहायचं असतं

तेव्हा माझी नजर झुकलेली असते.

कारण;

कधी तुझ्या नजरेत श्रावण बहरतो

कधी वैशाखाचं ऊन रखरखतं

कधी शरदाचं चांदणं पडतं

पण;

माझ्या रिक्त नजरेला

त्याचं हरविलेलं सौख्य

शोधून सापडत नाही...

तिची कैफियत.

त्याची दुसरीच...

तो - आपल्यात फक्त मैत्रीच आहे काय?

ती - अबोल.

तो - मला वाटतं स्त्री-पुरुषात कधी मैत्रीचं नातं असू शकत नाही.

ती - मौन.

तो - त्यांच्यात फक्त नर आणि मादीचंच नातं असू शकतं.

ती - शांत

तो – आणि तेच नातं खरं आहे.

ती – अस्वस्थ.

तो – मला कंटाळा आला आहे नुसत्या मैत्रीचा.

ती – एका दमात,

मी तुला खूप हवीहवीशी वाटते?

अन् त्याच्या उत्तराने तिच्या मनात शेकडो अनार पेटलेले... पण त्याच्या उत्तराने तिच्या मनात पेटलेले शेकडो अनार विझवत,

ती – तुझं असं वाटणं चुकीचं आहे आकर्षण स्वाभाविक आहे, पण त्याचा अट्टहास चुकीचा आहे. तुला तुझ्या मर्यादा आहेत, मलाही माझ्या रेषेच्या आतच रहायला हवं. तू माझ्यासाठी 'तिला' सोडू शकत नाही. मी तुझ्यासाठी 'त्याला'. आणि त्यांच्याशी प्रामाणिक राहायचंय तर असं काही होणं नाही.

असं स्वतःच स्वतः समजावत असलेली ती.

दुनियादारीची रीत कळत. आता रतीच्या जागी पार्वती समजत असलेला तो.

ही सावरासावर क्षणभरच. त्यानंतर छिन्न-विच्छिन्न झालेले अवशेष आणि त्या पसाऱ्यात आपापल्या अंगांना सावरत असलेले ते दोघे... तो आपल्या 'तिच्या'विषयी भरभरून बोलत असलेला. ती आपल्या 'त्याच्या'विषयी भरभरून बोलत असलेली. बाहेर पाऊस दाटलेला...

❉

७...

...किती दिवस झाले त्याच्यासोबत काम करून.

पण याआधी तो कधी एवढा लक्षात राहिला नव्हता.

त्या दिवशी काम करता करता सहज मनात डोकावून पाहिलं आणि...

आणि तो दिसला. मी सुन्न.

कुठलीही संवेदना, संवाद नसताना हा इथपर्यंत

कसा पोहोचला याचा विचार करीत...

मग हळूहळू स्वीकारत.

एक-दोनदा चोरकप्प्यातून त्याच्याकडे पाहत... सुरू...

तो विलक्षण सुंदर, साधा, सरळ...

याही वेळेस मला हवं तसं सारंच तंतोतंत जुळत असलेलं...

हे सारं आधी कसं लक्षात आलं नाही?

की आपणच जाणून-बुजून दुर्लक्ष केलंय?

आपली आपल्याबाबतची उदासीनता

न जाणे, किती भावनांचा बळी घेणार आहे?

तिची स्वत:बद्दलची तक्रार.

...अस सतत तोल सावरत जगणं.

स्वत:शी प्रामाणिक राहण्याची

शर्थीची पराकाष्ठा करणं, कशासाठी? कुणासाठी?

एकदा हव्या त्या व्यक्तीवर, हवं तसं प्रेम करणंच मुळी चुकीचं.

याचा चुकीच्या मार्गाने आलेला प्रत्यय आयुष्यभर भोवतोय.

म्हणून मग कच खाल्ली मनानी...

पण सारे दरवाजे बंद असताना

हा त्या बंद दाराआड पोहोचला कसा?

मी तर सारे मार्ग कापून टाकलेत, मग हा कुठल्या मार्गाने?

कुठल्या बेसावध क्षणी?

तसा तो दिसला अन् आवडला बस, त्याखेरीज काही नाही.

मग आसपास काम करताना तो आपल्याच तंद्रीत... छान दिसायचा.
तो कोण? कुठला? परिचयाचं सूत नसलेला
पण त्याचं अस्तित्व जाणवायचं. जाणवायचं त्याचं असणं, नसणं...
त्याचा आवाज, त्याचे शब्द उच्चार.
त्याच्या बोलण्यातील अदब.
छान कपडे घालायचा. रंगाची आवड छान होती
आणि जायबंद करणारी त्याचं ती नजर, खल्लास.
मऊ गादीसारखे ओठ, नितळ गोरा रंग...
सारंच कस विभोर करून टाकणारं...
कधी टिपलं; या टिपिकल मनानी..?
आणि नकळत असं काय काय टिपून घेतलंय...?
एकदा मनाचं ऑडिट घ्यावं लागेल.
आता मी अधिक मुकाट, अधिक कार्यमग्न.
सतत मनावर लक्ष ठेवत.
मन कधी माझ्या ताब्यात, कधी त्याच्या.
तो होता तसाच; परदेशी.
मी मात्र माझ्याच दारात... दरवेशी...

✻✺

८...

...तळहातावरील जखम कधी जपता आली नाही
या ना त्या कारणांनी ती सतत ओली होत राहिली.
कधी तिखट लागून विव्हळली, तर कधी मीठ लागून...
म्हणून वाटते तळहातावरील जखम खरंच जपण्यासारखी असते?
लहानपणी सगळे किती जपायचे.
आई-बाबा, आजी-आजोबा, भाऊ-बहीण, काका-मामा, सगळे
अगदी मनापासून...
पण जसजसं वय वाढू लागलं तसतसे
आता हात पुरायला लागले ना? मग करा.
हे करा, ते करा, सर्व कराच करा.
असं मोठं होण्याचं खूप वाईट वाटतं.
जिथं तळहातावरील फोड फक्त धरून ठेवायचे, तिथं आज...
शरीर लहान असताना मनाशी मनाचे संबंध दाट असतात.
शरीर वाढलं की माणसं मनानं दुरावतात,
का कळत नाही. अशा वेळेस कधीकाळच्या
त्या सुखाच्या आठवणी वेदना देऊन जातात
आणि आठवून हृदय ठणकायला लागते.
...एकवेळ आपल्यावर माया करणारे, प्रेम करणारे
आपल्या प्रत्येक गोष्टीला विरोध करू लागतात.
अन् त्यांच्या मनासारखं वागल्यास आपलं पोतेरं करू पाहातात.
त्यांच्या पाठीवरचा हात एकदम नरडीवर येतो.
थापांच्या जागी बुक्की येते.
प्रेमाचा आग्रह कमी होऊन जातो आणि व्यवहाराला जागा अपुरी पडते.
कळत नाही, माणसं अशी का वागतात?
हीच तळहातावरील जखम जेव्हा अंतर्मनात जाते,
तेव्हा आपण तिला

तळहातावरील फोडाला जसं जपायला पाहिजे होतं तसं जपतो.
कारण आपल्या सुखापेक्षा आपली दु:खं प्रिय होऊन जातात.
कधीकधी जिवलगासारखे आणि
आपल्या या हिरवळीशी कुणाचं तरी सख्य असावं असं मनापासून वाटतं.
रसिया, तुला हे सर्व सांगण्यामागे माझा हाच स्वार्थ आहे.
माझ्या या हिरवळीशी मी तुझं सख्य मानलं आहे.
आता तू माझ्या सुख-दु:खातील साथी आहेस.
माझी ही तळहातावरील जखम तुला जपायची आहे.
या जखमेत आतापर्यंतचे अपमान आहेत, अवहेलना आहेत,
दगाबाजी आहे, खोटेपणा आहे.
बऱ्याच न सांगण्यासारख्या वेदना भळाभळा वाहत आहेत.
तुला त्यावर इलाज करायचा आहे.
जमल्यास माझी बाजू घेऊन तुला या सर्वांशी लढायचं आहे.
मी एक स्त्री म्हणून या जगासमोर दुबळी ठरले. खरंच
पण तू, तू नाही दुबळा पडू शकणार.
मी आहे ना तुझ्याबरोबर, मला तुझी साथ हवी.
मी तुझ्यासाठी माझं घर सोडायला तयार आहे.
माझ्या रक्ताच्या नात्यांचा त्याग करायला तयार आहे.
आज मी स्वत:ला आपल्या समाजापासून वेगळं केलंय.
आमच्यात वैचारिक दंगल झाली.
माझ्यासाठी माझ्याच एरियात कर्फ्यू लागलाय.
अशा अटीतटीच्या वेळी तू मला सोडू नको, प्लीज.
...पण हे काय? तुझी माझ्या हातावरची पकड सैल का होत आहे?
रसिया, या अशा वेळी मला तुझ्या शांत राहण्याची भीती वाटते.
तू काहीतरी बोल ना? ते सर्व माझ्यामागे आहे.
मी तुझ्यासाठी हे पुढचं पाऊल टाकलंय.
आणि तू...

शेवटच्या चिठ्ठीत,
माझं प्रेम मला असं दुनियेतून उठवू शकतेय
याची कल्पना असती तर रसिया...

✳✳

...ती त्याला बिलगून बसते.

त्याच्या खांद्यावर आपलं डोकं ठेवून म्हणते, "मी फार थकले.

आज तू माझा परिपूर्ण सांभाळ कर, मला रिलॅक्स होऊ दे..."

असे म्हणून ती हळूच आपल्या स्त्रीसुलभ मागण्यांची यादी

त्याला वाचून दाखवते.

त्याला कळतं, आता ही आपल्या मर्यादांपलीकडे जात आहे.

म्हणून तो पळवाट काढतो.

आपल्या नेहमीच्या ठेवणीतल्या शस्त्राला हात घालतो...

'खरंच लग्नापूर्वी मी खूप सुखी होतो

सालं, मस्त-मजेचं जीवन जगत होतो.

आज मात्र या घरच्या-बाहेरच्या जबाबदाऱ्यांमुळे

जीव अगदी नकोसा झालाय.'

...असं बेजबाबदार जगणं सर्वांनाच आवडतं,

पण ते सर्वांसाठी असतं, असं थोडंच आहे.

ज्याला घर आहे, समाज आहे, तो बेजबाबदार कसा...

आणि तशा प्रवृत्तीचे लोक

समाजानं प्रसवलेल्या वेदनेचे अनौरस पुत्र असतात,

पण तू अनौरस नाहीस.

तुला आईवडिलांच्या संस्कारांच्या,

समाज, संस्कृतीच्या, सुशिक्षिततेचा वारसा लाभला आहे.

तुझ्या सुखासाठी, आम्ही आपल्या आयुष्याचे दान दिलेलं आहे.

आमच्याप्रति तुझं काहीच कर्तव्य नाही काय?

जिथं तुझं सुख-दुःख आमचं आहे,

तिथं आपलं, माझं सुख-दुःख तुझं नाही काय?'

त्याच्या ठेवणीतल्या शस्त्रावरचा तिचा हा वार ठरलेला असतो.

म्हणून तो काहीही न बोलता पायात चपला सरकवून चालू लागतो.

ती मात्र आपल्याच शस्त्रानं घायाळ होऊन सैरभैर होते.

एकेकाळच्या तिच्या पठडीतील घराच्या स्वप्नाला असा सुरुंग लागतो.

आता तिला या गोष्टीची जाणीव होतेय,

की स्त्रीनं आपल्या हक्कासाठी लढता लढता साऱ्या आयुष्याचं

रणांगण करून टाकलंय.

अगदी प्रत्येक पातळीवर तिचं युद्ध सुरू आहे,

कधी तात्त्विक, तर कधी नुसतीच मुजोरी.

कारण यातून तिला काही निष्पन्न होऊ द्यायला

हा पुरुषी समाज सहजासहजी तयार होणार नाही.

आज तिला वाटत असेल स्वतःला शिक्षण हवं, नोकरी हवी,

मुक्तपणे जगण्याचं स्वातंत्र्य हवं... कुठलीच जबाबदारी न स्वीकारता

पण तिचा हा बेजबाबदारपणा स्वीकारणार कोण? कोणीच नाही.

स्त्रीला धक्के देऊन बाहेर काढणाऱ्या या पुरुषी समाजात तोही सामील...

कधी काळी रात्र-रात्र जागून रसियाची शरीरमूर्ती साकारली.

त्यात आपलं मन ओतलं, पण ते त्यात कधी मिसळू शकलं नाही.

ते तवंगासारखं वरवर तरंगतच राहिलं. थोडंसं हललं की सांडलं...

असा कितीतरी वेळ तिचा तिच्याशीच चाललेला लढा.

दिवसाची रात्र होईस्तोवर.

तो येतो, तिला बिलगून बसतो तसाच.

आपल्या पुरुषसुलभ मागण्यांची यादी तिला वाचून दाखवतो.

'मी तुझा रसिया ना!

मग मला सुखी पाहायचं असेल

तर मला या जबाबदारीच्या बंधनात जास्त अडकवू नकोस.

तू स्त्री आहेस, या घराची मालकीण आहेस

म्हणून या घराची माझी सर्व जबाबदारी तुझी आहे.

तू ती माझ्यापेक्षा जास्त सामर्थ्यानं पेलू शकतेस.

तुझ्यात तेवढी शक्ती आहे...'

आता तिला कळतं हे आपल्या मर्यादांपलीकडे होत आहे.

म्हणून तीही पळवाट काढते.

क्षणभर तिला आपणही पायात चपला सरकवून चालते व्हावं, असं वाटतं...

पण तो तिचा हात पकडतो शस्त्रहीन ती, त्याला पुन्हा स्वीकारते...

१०...

...लहानपणी त्या मुंगीच्या बोधकथेचे किती ग्लॅमर वाटायचे.
ती चढताना खाली पडते, परत चढते, परत खाली पडते.
पण आज कळतं ते सगळं ग्लॅमर किती फोल होतं ते... खरंच.
सामान्य माणसांची तर या प्रयत्नात कंबरच मोडते.
आपण आपल्या, दुसऱ्यांच्या इच्छा-आकांक्षांच्या भिंतीवर चढतो; पडतो.
परत चढतो; परत पडतो. या प्रमाणात आपण तुटून जातो.
मग वाटायला लागतं ही भिंत खूप मोठी किंवा आपण तरी फार लहान...
कारण यात प्रयत्न जरी आपले एकट्याचे असले, तरी साथ लागतेच.
आज ऋतू जग सोडून बोलत होती...
त्याला वाटतं, मी त्याला त्याच्या आईवडिलांपासून दूर केलंय.
समाजात माझ्यामुळे त्याला प्रतिष्ठा मिळत नाही वगैरे, वगैरे...
आमचा प्रेमविवाह झालाय... पण तो असफल झाला असं म्हणू नको
प्लीज...
मला आयुष्यात माझ्या आईबाबांचे वैवाहिक संबंध
कधीच सलोख्याचे दिसले नाहीत.
आई एकटी कुढत-रडत, चिडत बसायची,
तर बाबा बाहेर...
मनात आलं, यांचं पटत नाही तर यांनी घटस्फोट घ्यायला हवा.
कमीत कमी स्वतंत्र होऊन सुखानं जगू तर शकतील.
असं एकाच म्यानात खुपसून
राहण्यापेक्षा वेगळं, मुक्त राहिलेलं काय वाईट?
पण आईला हा मार्ग कधीच प्रशस्त वाटला नाही.
ती सांगायची- मी अनेकदा आत्महत्या करण्याचा प्रयत्न केलाय,
पण केवळ तुमच्यासाठी म्हणून मी माझा जीव वाचवला आहे.
घटस्फोट घेणं सोपं आहे,
पण त्यानंतरची संस्कृतीची, संस्कारांची,

स्वाभिमानाची वाताहत निभविणे खूप कठीण
आणि त्या सर्वांची मला फार भीती वाटते.
त्यापेक्षा या घरात एका कोपऱ्यात जगणं जास्त पसंत करतेय.
मला, माझ्या मुलांना एक सुरक्षित छत्र मिळतेय
केवळ या एका गोष्टीसाठी त्याच्या किमतीसाठी
मी स्वतःचा हा असा बाजार केलाय.
बाबांनी आपल्या अय्याशीसाठी तिचं सगळं स्त्रीधन विकलं.
नशीब तिला विकलं नाही.
...बरं या परिस्थितीतही मी तिला करवाचौथ करताना पाहिले.
मनात पतीबद्दल द्वेष असताना,
केवळ लोकलाजेस्तव चंद्राला पाणी अर्पिताना पाहिलंय.
जन्माची सुरुवात अशा पुरुषासोबत झाली
की पुरुषजातीवरचा विश्वासच उडाला;
आणि अशा भरकटलेल्या वाटेवर 'हा' भेटला.
सर्व पुरुष सारखे नसतात म्हणून सांगू लागला.
मीही त्याच्या येण्या-जाण्याची वाट पाहू लागले.
...एकदा तो आला, कायमचा सर्वांना सोडून...
माझ्यासाठी, फक्त माझ्यासाठी.
मी किती मोहरले, याची कल्पना करू शकत नाही.
मी खूप प्रेम केलं त्याच्यावर
सुखांच्या त्या अंतिम क्षणी
त्याच्या मनात हळूच फक्त श्वासाच्या भाषेत 'तू रसिया आहेस माझा'
रसिया, माझ्या प्रेमाचा एकमेव...
पण प्रेमाचा तो मोसम जास्त दिवस टिकला नाही.
हळूहळू त्याचा असर कमी होऊ लागला.
मीही ते टिकवून धरू शकले नाही.
कारण माझे प्रयत्न एकएकटे पडत गेलेत.
मी त्याला; त्याच्या लोकांना
त्यांच्या गुण-अवगुणांसोबत आपलेसे केले.
पण त्यांनी मला सर्वच बाबतीत नाकारलं, नापसंत केलं.
शेवटी माझं सर्वस्व देऊनही मला काय मिळालं?

तर ते सुख....? जे आता निर्लेप राहिलेलं नाही.
गरजेपुरतं राहिलंय...
मी आपलं अस्तित्व विसरून त्याचं स्वत्व स्वीकारलं
तो मात्र त्याच्या अस्तित्वाच्या शोधातच राहिला
...आपल्यालाही मोबदल्याची सवय झाली आहे ग्रीष्मा.
मी हे केलं, या मोबदल्यात मला हे मिळालंच पाहिजे,
असा आग्रह नसला तरी अपेक्षा असते
आणि ती पूर्ण नाही झाली तर त्याचं रूपांतर
उपकृत भावनेसारखं होतं.
उपकृत भावना जी माझ्याभोवती गुरफटतंय...
ज्यात मी गुरफटत जातेय...

꙰

११...

...जिथं मनाचा कौल मिळत नाही तिथं मन उदास होऊन जातं.
म्हणून कितीही बुद्धीनं विचार करायचा म्हटलं
तरी मनाचा कोपरा डावलता येत नाही,
पण मनाचा हा कोपरा संपूर्ण शरीर कधी व्यापून टाकतो, कळतच नाही...
रसिया, तुझ्याबाबत असंच झालं बघ!
एक दिवस अचानक तू मला येऊन भेटतोस काय
आणि माझं तुझ्यावर प्रेम आहे असं सांगतोस काय
आणि मला आत्ताच उत्तर पाहिजे म्हणून माझ्यासमोर उभा राहतोस काय.
तुझी ही स्टाईल आवडली,
पण तू समोर केलेल्या कात्रीत अविचारानं मला
माझ्या भावनांची चिरफाड करायची नव्हती.
म्हणून मग शांत चित्तानं एकाग्र होण्याचा प्रयत्न केला
आणि तुला निक्षून सांगितले, की तुला त्या दृष्टीनं कधी पाहिलंच नाही.
तुला अपेक्षित उत्तर न मिळाल्यामुळे तू आंबट झालास.
चेहऱ्यावरील भाव कोरडे करून म्हणालास, 'हरकत नाही,
पण आपली मैत्री कायम राहील' आणि तेव्हापासून...
आजपर्यंत कुठं मनापासून भेटलाच नाहीस.
तू हर्ट झाला मला माहीत आहे. सॉरी,
पण तू म्हणालास ती आपली मैत्री की काय ती हीच का?
मला तुला खूपदा समजावावेसे वाटले.
प्रेम म्हणजे काय? माझ्या त्याबाबतच्या अपेक्षा
असे आणि असंच खूप काही सांगावेसे वाटले,
माझ्या दृष्टिकोनातून मी तुला नाकारलं
तरी तुझा दृष्टिकोन मला बदलता आला नाही.
मग या एकूणच वैचारिक भानगडीत तुझे कट आउट्स

माझ्या प्रेमाच्या फ्रेममध्ये कधी फिट होऊ लागले कळलेच नाही.

तू आणि तूच माझ्यासाठी योग्य वर आहे,

हे हळूहळू मन, बुद्धीला पटवून देऊ लागलं..

आता हळूहळू बुद्धीही तुझ्यापर्यंत पोहोचण्याचे मार्ग शोधू लागली,

पण आता, तू टाळू लागला होता.

मी माझ्या स्वभावाप्रमाणे तुला समजावायला आले,

या विचारांनी कदाचित तू असा दूर दूर जात असावा.

आता मात्र मला माझाच राग येत होता.

म्हणून मग मी माझ्याशीच बोलणं सोडून दिलं होतं.

याचा तुझ्या आठवणीनं फायदा घेतला आणि

त्या रात्रं-दिवस मला एकटीला पाहून सतावू लागल्या.

मी हिरे तासायचे काम करायची.

हिऱ्याला जसजसे पैलू पडायचे तसतशी मी पूर्ण व्हायची...

तू माझ्यासाठी हिराच होता.

तुझ्या विविध पैलूंचा मी माझ्या दृष्टीनं विचार करू लागले

जसजसे ते पूर्ण होऊ लागले

तसतशी मी तुझ्यासाठी उतावीळ होऊ लागले, कासावीस होऊ लागले.

कधी नव्हे ते रडूही लागले.

रसिया, मी पूर्णपणे तुझी प्रेमिका झाले, पण तू,

तू मात्र...

आपण हे काय करून बसलो

याच विचारात मी केसांत बोटं गुंतवून बसली असता

एक दिवस अचानक तू तुझ्या लंचटाइममध्ये आला

आणि त्याच स्टाइलनं म्हणाला, माझं तुझ्यावर प्रेम आहे.

तुझंही माझ्यावर प्रेम असल्यास मला आत्ताच सांग.

मी वेडावून गेले...

पण मला होकार कसा द्यावा, कळत नव्हतं.

म्हणून मग मी तुझ्याशी बोलायची कारणं शोधू लागली.

तू मला हे काही वेळ देऊन सांगितलं असतं तर,

मी पूर्ण विचार करून उत्तर दिलं असतं, असंही म्हणाले.

या बाबतीत उथळपणे घेतलेले निर्णय चुकतात.

म्हणून मग आपल्याला थोडा जास्त विचार करायला हवा...
असं आणि काय-काय बोलत राहिले.
तू म्हणाला, 'तर तू अजून विचार करायची आहेस?
मला माहीत आहे, हिऱ्याला पैलू पाडणारी तू असाच विचार करशील,
पण मी तुला फक्त विचार करायला सोडले असते,
तर तू माझा कधीच विचार केला नसता.
म्हणून मी तुला मागणी घातली.
माझ्या अपेक्षेप्रमाणे उत्तर मिळालं, मी खूष झालो.
पुढची प्रक्रिया आपोआप सुरू झाली.
आज मी आलोय तेही अपेक्षेप्रमाणे उत्तर घ्यायला.'
'बोल'
'काय बोलू'
'रसिया'
'ही काय रीत झाली'
आपली स्टाइलच अशी आहे
आणि तुझ्यासारखी हिरकणी मिळवायची म्हणजे...
आज बुद्धीनं मनाला कौल दिला होता
आणि मन खुशीनं त्याच्या ओंजळीत जाऊन विसावलं होतं...

✳✳

१२...

...पहिल्या पावसाचा त्याचा पहिला फोन,
काळजी वाटते, कुठे आहात पाऊस आडवा-तिडवा आहे...
मग इकडचं तिकडचं बोलून शांत, अचानक आलेल्या पावसासारखाच
...खरंतर बरेच दिवस झालेत सोबत काम करून,
पण उसाशाचा, उसंतीचा फोन म्हणून नाही;
आणि आज अचानकच सरीसोबत सरीसारखा...
मधे एक कोरडा ऋतू येऊनही गेला, तेव्हाही नाहीच बरसला.
तो जेव्हा-जेव्हा पाऊस आला तेव्हा-तेव्हाच
फक्त तेव्हाच फोन करीत राहिला. भर पावसात चिंब भिजल्यागत
तसं पावसात आठवण्यासारखं काही घडलं नव्हतं.
घडले ते वाद, मतांतरे. वैचारिक पडावाच्या पलीकडले...
अर्थात, नंतरचे समजणे, समजून घेणे, समजावणे
आणि मग चहा; ब्लॅक टी...
इतकंच! एवढंच? हो, अधूनमधून माझ्याकडून
त्याच्या पाठीवर थाप... मांडीवर थाप... हातात हात... अगदी सहज.
विचाराने स्वतंत्र आहे म्हणून... प्रगल्भ आहे म्हणून...
लैंगिक समानतेच्या क्षेत्राशी संबंधित आहे म्हणूनही...
...एकदा कसल्याशा कारणावरून माझा हात त्याच्या ओठाला लागला;
त्यानंतर तो काहीतरी कुजबुजला त्याचा शहारा रुतला मला
पण लक्ष नाही दिलं. आयुष्यात खूपशा गोष्टींकडे दुर्लक्ष केलंय;
त्याला तसं सांगितलंही. तसं खूप काही सांगितलं त्याला...
शरीर-अशरीर पातळीवरच्या खूप गोष्टी शेअर केल्यात त्याच्याशी.
ताण-तणाव वाटलेत त्याच्यासोबत.
मला त्याचं दिसणं नाही आवडलं कधी, पण त्याचं असणं...?
तो नसला की खूप चिडचिड व्हायची;
मी नसले की तो अधिकच मौनात जायचा; असे सांगायचे सारे

तेव्हा कुठेतरी काळीज फुलायचं... कुठेतरी पोखरतही जायचं,
पण दुर्लक्ष करायचं. कुणालातरी या गोष्टीकडे कायम दुर्लक्ष करीन
असा शब्द दिल्यागत दुर्लक्ष करायचे. नुसता छळ.
मनात आलं की बोलायचं; मनात नाही आलं की नाही.
तोही मनाविरुद्ध... नाहीच. वाट पाहायचा;
मी बोलेन, चहाला चल म्हणेन, काहीतरी विचारेल, काही...?
म्हणजे मी माझ्याकडून असेच...
त्याचे त्याच्याकडून फक्त जाणवतं.

आस्थेतून, अस्वस्थेतून, विचारातून, लेखणीतून...
एकदा त्याने त्याच्या डायरीतील पाने दाखविलीत,
काल जे घडलं ते लिहिलं होतं चित्रासारख्या अक्षरांत.
आत त्याच्या पानापानांत, त्याच्या अंतर्मनात माझा धुडगूस.
तो मात्र दृढ. मी दुर्लक्षितपणे...?
खरंतर पावसात आठवण्यासारखं तसं काही घडलं नाही.
पण पाऊस आला की त्याचा फोन येतो,
दबकत-दबकत बोलतो. किंचित हसतो. रीतसर चौकशी करतो.
हळूच विचारतो; मॅडम, कशा आहात...?

एक सर येते दुर्लक्षितपणे भिजवून जाते.
मीही मग बेमालूमपणे पावसाची वाट पाहू लागते...

✳

१३...

...अशी अचानकच ती खिडकी उघडते
बेमालूमपणे;
अन् ती तसबीर हलू लागते
कधी नाचते भवताली फेर धरून...
चार अतृप्त इच्छांच्या खिळ्यांनी ठोकलेली
तसबीर; मधे एक कोरा चेहरा
कधी न पाहिलेला... न भेटलेला...
वाटतं, तो होता मनातल्या मनात
तो राहिला मनातल्या मनातच
बंद खिडकीआडच्या...
रस्ते मिळत गेले
तशा घटना घडत गेल्या.
पण घडायची गोष्ट तेवढी
निसटून गेली
त्या बंद खिडकीआड...
मग सारं सुरळीत सुरू आहे.
असं म्हणत असताना
अचानकच ती खिडकी उघडते.
त्या तसबिरीतील चेहरा
जिवंत होतो
आणि गुरफटवून टाकतो.
देवयानी, देवयानी, देवयानी करत...
श्वास घ्यायलाही जागा ठेवत नाही
इतका समीप...
मला पहायचं असतं
मला घट्ट बिलगायचं असतं

त्याला पक्कं धरून ठेवायचं असतं
पण मग चेहरा झाकून
हुंदके देत;
मला जाऊ दे, जाऊ दे
अससचं का म्हणते?
असं काय घडून चुकलंय त्या तसबिरीमागे?
जे वारंवार जिवंत होतंय,
मला जिवंत करतंय?

कुठल्या गुन्ह्याचा शेवट हा,
अन् कुठल्या गुन्ह्याची सुरुवात?
किती शिक्षा त्याला,
आणि कितीक मला?
मला हवंय माझा बंद गोफ होणं...
पण अजूनही.... जाऊ देत
तसबिरीतील ते चार खिळे
मधे कोरा चेहरा
माझं कोरं बायबल
कोरं कुराण...

✴

१४...

...मी तुला भेटायला आले
पण तू नेहमीसारखा गायब होतास.
बराच वेळ थांबले...
तशा संशयी नजरा हुंगू लागल्या.
तेव्हा थोडं समोर जाऊन
आपल्या प्रेमाचा साक्षीदार असलेल्या
गुलमोहराखाली थांबले.
पानापानांवरची धूळ अंगावर झडली
अन् पानं चकचकीत हसली...
या पावसालाही आताच यायचं होतं,
आलाच तर तुला घेऊन आला असता.
एकटा माझ्यावरच बरसायला का बरं आला?
किती तयार होऊन आले होते...!
वाटलं तू तारीफ करशील आणि मी
मी या गुलमोहरासारखी मोहरून जाईन,
पण कसचं काय???... पाऊस गेला.
पाऊस गेला की ऊन जास्त जाणवते.
उकाडा जास्त होतो आणि नुसता चिपचिपाट.
केसाचं तेल चेहऱ्यावर उतरून
सावळा रंग अधिक निखरतो
जाऊ दे, कोण पाहतोय?
तू तर अजूनपर्यंत आला नाहीस,
तुला यायचं नसतं तर बोलावतो कशाला?
पण नाही आज तू नाही...
मीच बोलावलं होतं तुला
शेवटचं काय ते सांगायला.

...तुझी जबाबदारी, माझी कामे
कधी न संपण्यासारखी आहेत.
मी किती वाट पाहू?
किती दिवस झालेत मी टाळतेय,
माझ्या घरच्यांना, त्यांच्या माझ्या
लग्नाच्या स्वप्नांना नुसती टाळतेय.
...माझं शिक्षण झालंय, मी नोकरी करतेय.
लग्नाचं वय... माझं तारुण्यही...
पण तुला कशाकशाचा विचार नाही.
लग्नाचा विषय काढला की...
माझ्यावर खूप जबाबदाऱ्या आहेत.
मला लग्न करायला जमायचं नाही.
तुला लग्न करायचं असल्यास तू करू शकतेस.
एवढी मोकळीक आहे तुला...
असं जिव्हारीचं बोलून सोडून देतोस...
किंवा
आपण एवढ्या दिवसांनंतर भेटलोय
अशी भांडू नको.
बायको नाही झाली तरी
चांगली मैत्रीण तर होऊ शकतेस...
खूप-खूप चीड येते
मला तुझ्या या थंड स्वभावाची.
तू सिनेमातल्या हीरोसारखा
बेधडक का नाही वागत?
माझ्या या प्रश्नावर तू कितीदा तरी
हसला असशील आणि मग...
...आपलं जीवन मुव्ही असतं तर?
पण नाही, आपलं जीवन म्हणजे
कर्तव्य आणि जबाबदारीची गोळाबेरीज.
स्वत:चाच विचार करून चालत नाही.
घरात लग्नाची तरुण बहीण असताना

मी लग्न करू शकत नाही.

आजारी वडिलांना निराधार सोडू शकत नाही.

आईला या वयात पैसे कमवायला

पाठवू शकत नाही आणि माझ्याबरोबर...

तुला या यातनात मी सामील करू शकत नाही.

पण माझे तुझ्यावर प्रेम असताना

मी तुझ्या सुख-दु:खात साथ देणार नाही

असा कसा रे विचार केलास?

प्रेमाने सर्व प्रश्नांची उत्तरे सापडत नाहीत.

हे तुलाही कळतं...

पण जशा तुझ्या जबाबदाऱ्या, तुझी कर्तव्यं

तशी माझीही आहेत.

मीही त्यांना सोडू शकत नाही.

म्हणून मग मीही निर्णय घेतला

माझे आईवडील म्हणतील ते...

ठरवतील त्या मुलाशी लग्न करायचं...

विसरून जायचं तुला.

ठरवलं... अगदी शेवटचं... अगदी फायनल.

पाऊस आला... पाऊस थांबला...

परत पाऊस आला...

मी, माझ्या भोवतीची जागा कोरडीच राहिली...

वाटलं, गुलमोहरालाच दया आली असावी.

पण मग;

वर पाहिलं, वर छत्री दिसली... मागे तू उभा... कधीचा...

हमने तुमको प्यार किया है जितना कौन करेगा इतना...

❈❈

१५...

...माणूस कुणा एकावर प्रेम करू शकत नाही,
तिच्या या उद्गारावर तो साशंक झाला
विचाराच्या तंद्रीत विचार नेईल तिकडे निघत गेला...
ती बोलत राहिली... तो ऐकतोय,
आपलं म्हणणं समजून घेतोय या तंद्रीत
तीही त्याला विसरली असे एकमेकांसोबत
पण जवळ नसलेले...
...यात कसं होतं पहा!
कधी एकाचं हसणं आवडतं, तर दुसऱ्याचं रुसणं
कधी एकाची हुशारी आवडते तर
दुसऱ्याचा इनोसंटपणा मनाला मोहून जातो.
कधी कुणाचे बोलके डोळे हवेसे वाटतात तर कधी
कुणाच्या शून्य नजरेतील माणूस शोधण्याचा प्रयत्न
हवाहवासा वाटतो. असं सगळ्याच बाबतीत घडतं.
एक वाक्य आठवतं,
'आईच्या प्रेमाला पारखं होण्याची
पाळी आली तर गाभाऱ्यातील समई विझल्यासारखी वाटते
आणि बापाचं प्रेम लाभलं नाही तर त्याची
देवळाचा कळस कुणीतरी नेल्यासारखी अवस्था होते.'
प्रत्येक नात्यातील प्रेमाचं क्षितिज हे असं एकमेकांशिवाय
पूर्ण होऊ शकत नाही आणि तेवढं अंतर आपण
एकट्याने गाठणे अशक्य आहे. म्हणून म्हणते,
तुझं प्रेम मला मान्य आहे, पण स्वीकार नाही.
सगळ्यांच्या मर्जीचं सर्वगुणसंपन्न प्रेम हवंय मला.
तू असमाधानी प्रवृत्तीची मुलगी आहे.
सर्वगुणसंपन्न कोणीच नसतं, आहे त्यात समाधान

मानण्याची प्रवृत्तीच माणसाला सुखी ठेवू शकते– तो.
अरे माणूस समाधानी असला तर त्याची प्रगती होणार नाही.
महत्त्वाकांक्षी असणं, असमाधानी असणं
हे प्रगतीचं द्योतक आहे– ती.
त्यांच्यातील बोलण्याला हळूहळू वादाचे स्वरूप येऊ लागते.
तो प्रेम अधिक लग्न अधिक निर्मितीपर्यंतच सीमित राहतो,
ती मात्र धरती आणि गगनाचं नातं समजायला निघालेली...
एकमेकांना व्यापून टाकणारे ते दोघे सोबत.
हिच्याशी संसार करणे आपल्या बसचे नाही,
पण ती त्याला खूप आवडली होती. तिला मिळविण्यासाठी तो...
मी शिकलेला आहे, सुंदर आहे, वेलसेटल्ड आहे,
अजून काय हवं...?
मी तुझ्या सर्व गरजा पूर्ण करण्यास समर्थ आहे...
अजून काय म्हणू तूच सांग?
एकमेकांच्या गरजा पूर्ण करण्यासाठी म्हणून
लग्न केलं जातं का रे? तू वेलसेटल्ड आहे
म्हणून मी माझ्या सर्व भावनांशी तडजोड करावी
हे मला मान्य नाही.
जाऊ दे! उद्यासाठी आज कशाला खराब करायचा?
आज आपण सोबत आहोत...
समोर हे शांत, स्थिर पाणी आहे. या पाण्यावर
तुझं माझं मन तरंगत आहे...
कोणी आपल्यावर प्रेम करतंय हे
लाख सुखांपेक्षा जास्त सुखद आहे,
असं नाही वाटतं?
–तू वेडी आहेस.
–तुझे चिडणे आवडते मला,
पण सोबतच तू शांत, स्थिर, गंभीर असतास तर...
–महाभारतातील द्रौपदी अजूनही तुमचा पिच्छा सोडत नाही.
त्यासाठी कर्णासारखा पुरुष जन्माला यावा लागतो
रसिया!

१६...

एक
तळहातावर मेंदीचा मळ साचलेला
त्याखाली रेषांचे अंधुक भाग्य,
लालचुटूक पिळदार जखमांची
आठवण करून देत...
हो तोच तो
ज्याला मला काही सांगता येत नाही.
ज्याला मला काही समजावता येत नाही.
कसच नाही...
सारी माध्यमे त्याच्यासमोर निकामी.
त्याला हवा होता तेवढा पिरेड... बस.
त्यानंतर सगळं खल्लास,
खल्लास करून गेला तो.
कधीतरी मेंदीभरले हात पाहून
म्हणाला होता,
इतकी कशाला लावली..?
एक वेळ रंगल्यावर ती मिटायची वाट पहायचे असते,
आणि मी तर इतके रंगले होते की...
त्या लालचुटूक मेंदीच
चेटुक लागल्याप्रमाणे कधी जखमा
झाल्यात कळलेच नाही.
बघ कशा काळ्या-निळ्या
होऊन साचल्यात अंगभर...
माझा अंतर्नादच मिटवून टाकला
तुझ्या माझ्या रेषेत बिलगून
बसली बघ मेंदीची ही रेष...

दोन

अजून ओल्या आहेत
त्या रातीच्या पाऊलखुणा
एक पाय मोगऱ्याचा
एक मेंदीचा
जपून
बराचसा हलका
सांभाळून
तरी उमटलेला
आसमंतभर..
तुला आठवतं का?
मला आठवतं सारं...

मला आठवतं सारं
पण त्या आठवणीत
ती शिरशिरी नाही
ते व्याकूळ होणे नाही
ती ओढ नाही
या क्षणाला काही मागणे नाही
काही अट्टहास नाही
दिल्या घेतल्याची
संपन्नता, समृद्धी, संपृक्तता आलीय.
पावसाने जमीन चिंब भिजून जावी
आणि पाण्याने अनावर होऊन वहावे
तसे तुझे... माझे
तरी,
एक विचारू...

तुला आठवत का?

तीन

अशी काहीतरी जादू
की मी विसरून जावे
तुझा गंध
तुझा स्पर्श
तुझे ठसे ओठांचे काळजात उमटलेले...
अशी काहीतरी जादू
की विसरावा
तुझा आवाज
तुझे विषय
तुझे शब्द, निशब्द करणारे...
अशी काहीतरी जादू
विसरायला लावणारी
तुझी नजर
तुझी काया
तुझी माया वेड लावणारी...
अशी जादू
तुझ्या चेहऱ्यासारखी सर्वत्र दिसणारी
असा विसर
तुझ्या माझ्यासाठी धपापणारा एक उर
असा माझा तू
अशी तुझी मी
एक अस्तित्व, एकसंघ वितळलेले...

चार

एका आशेवर की
तू कधीतरी भेटशील
तू कधीतरी दिसशील
बोलशील
कुरवाळून कुशीत घेशील

तेव्हा पुलकित होऊन ते
तुझ्या समोर पराभव पत्करतीलसुद्धा
पण तोपर्यंत
त्यांचा माझ्याशी असाच लढा सुरू राहणार आहे... रसिया

पाच
हातात तोडे घातले
पायात जोडवी घातली
नाकात मोठी नथ घालती तरी...
श्वासाच्या एका अंतरावर तू
उभा असल्याचं जाणवतो...

सहा
थोडंसं ऊन, थोडासा वारा, थोडासा पाऊस...
सारचं लागत की रे जीवनात,
कुणा एकाच्या संदर्भाने
नाही स्पष्ट करता येत मन, भावना.
पण कायम उन्हाचा संदर्भ घेऊन बोलतात बघ सारे...
या उन्हात तुम्ही कुठे आहात? त्या उन्हात तुम्ही कोठे होता?
किंवा मग सोशिकतेची कारण, सावलीची उदाहरण
सारंच कसं भीषण, सारंच कसं भयाण.
सारंच कसं शरीरापर्यंत येऊन थांबणारं.
शरीरापर्यंत येऊन संपणारं.
मन अस्पर्शित, मन कुमार, मन अभोगी...
आणि मग शरीराने एकरूप होऊन ही
निपचित पडलेलं मन वारंवार विचारत राहतं
कहते है प्यार का रिश्ता है जनम का रिश्ता
है जनम का ये जो रिश्ता तो... बदलता क्यूँ है?

꙳꙳

१७...

... आजकालच्या मुलींना बाहेर फिरणं, हॉटेलात जाणं,
शॉपिंग करणं, मौजमस्ती करणं यासाठीच नवरा पाहिजे असतो.
त्याच्या कामाशी, त्याच्या सोशल कम्युनिकेशन्सशी
त्यांना काही देणं-घेणं नसतं. नवरा फक्त माझा असावा.
माझ्यासाठीच असावा, हेच त्यांचं मागणं असतं– इति तिच्या सासूबाई.
नेहमीसारखी ती उसळते आतल्या आत
आतल्या आत शांत होते...
थोड्या वेळानं गॅलरीत येण्याचा इशारा करून निघून जाते.
आता नेहमीसारखी मला हिची रडरड ऐकावी लागेल.
या विचारांनी पुन्हा एकदा तयार होते.
गॅलरीत ती शांत उभी असते.
पाण्यातल्या स्थितप्रज्ञ बगळ्यासारखी ध्यानमग्न.
आमच्यामधनं बरंच वादळ निघून जातं, ढग बरसायचे
तेवढे बाकी राहातात. ती एक-एक शब्दांनी उलगडत जाते.
आपल्या दोरीवरील कसरतीचा तोल सांभाळत
एक-एक शब्द मोजून-मापून फेकते.
कुणाला लागू नये याची पुरेपूर काळजी घेत.
तुला सांगते,
माझ्या सासऱ्यांचे ते स्वतःला तरुण समजेपर्यंत बाहेर संबंध...
सासू कमी शिकलेली असल्यामुळे तिला आरामात
बनविता येत असे. ते काम आणि दौऱ्याचं निमित्त काढून
बाहेर '...' मनवीत आणि घरी येऊन
बायकोच्या हातांनी अंगअंग चेपून घ्यायचे.
ही त्यांची लाइफस्टाइल होती.
सासूला साड्या, दागिने, फिरायला गाडी दिली की बस!
आपल्या सौभाग्यावर आणि नवऱ्याच्या वैभवावर बाई खुश

यापुढे कसलीच अपेक्षा नाही. ते जे करताहेत ते
आपल्या सौख्यासाठी म्हणून मग 'मेरा पती मेरी देवता है.'
पण मला मात्र त्या माणसाची घृणा येते.
आपल्या बायकोशी खोटं बोलून स्वार्थ साधायचा
म्हणजे काय? आणि ती कशी गं?
पतीच्या सहवासाशिवाय सौख्य मानणारी.
मला पैसा नकोय, पतीचा सहवास हवाय
पण हा त्यांचाच मुलगा ना! त्यांच्याच वळणावर गेलाय.
मी शिकलेली आहे. मी त्याला वठणीवर आणणार
या अहंकारात मी होरपळून गेले...
आणि तो त्याला हवं तसंच जगत गेला.
...त्याची सर्वार्थानं सहधर्मचारिणी होण्यासाठी
मी हवी तशी साथ दिली. अगदी
'साहब, बिबी और गुलाम'मधल्या मीनाकुमारीसारखी
ओठाला प्याला लावून त्याच्यासमोर नाचलेसुद्धा
पण तो मात्र चांदनी बारच्या मुमताजमध्येच गुरफटत राहिला...
घरी बगिच्यात इतर झाडांसोबत तुळस असावी तशी बायको
या विचारापलीकडे त्याची मजलच नाही गेली.
दहा वेळा मनात विचार आला. आपणही
त्याच्यासारखं जगावं, पण तेही नाही जमलं कधी.
नाहीच साधता आला, मला तो बाहेरख्यालीपणा.
मी खूप प्रेम करतेय.
खूप प्रेम असलं तर खूप काळजी असते.
त्या काळजीनं काळीज पोखरून जाते.
तो आपल्यासोबत किती तास राहतोय यापेक्षा
तो आपल्यासोबत किती तास नाही, याची आकडेवारी जास्त होते.
तो माझ्याशी बनवाबनवी करतो आणि नटश्रेष्ठ ठरतो.
मी त्याच्या याही रूपावर भाळते.
खूप प्रेम करतेना त्याच्यावर,
जिवाची माणसंच जिवाला घोर लावतात.
पण आता? मी ठरवलंय, जास्त जिवाचे हाल करायचे नाहीत.

जिवलग असला तरी जास्त जीव लावायचा नाही.
तिच्या या शेवटल्या वाक्यावर मी बेहद्द खुश होते.
माझे दोन्ही हात तिच्यावर लुटवून रिकाम्या मनाने परतते...

❈

१८...

...रसिया, आपण प्रेमात
इतकं समोर यायला नको होते.
लैला-मजनू, हीर-रांझा...
यांचे कुठे मीलन झाले.
आपले मीलन झाले म्हणून
आपली मने मलिन झाली.
तसेही प्रेम करणाऱ्यांनी
कधी लग्न करू नये.
कारण लग्नापूर्वी
सर्व प्रेम आटोपून जाते,
मग उरतो फक्त व्यवहार...
असे अनेक अनुभवी सांगतात
पण दुसऱ्यांच्या अनुभवाने चालेल
ती दुनिया कसली?
तुला एक विचारू,
आपण प्रेमात असफल होत आहोत का?
...उत्तरासाठी मन कापलं गेलं ना?
म्हणजे अजूनही जिवंत आहे तर...
पुढे बोलायला हरकत नाही;
एवढ्यात तुझ्यातील पुरुषाचे,
माझ्यातल्या स्त्रीचे पटेनासे झाले आहे.
मी काही बोलले की,
तुझ्यातील स्वामित्वाची भावना जागी होते.
तू काही बोलला की माझ्यातली मुक्ता फुंकारते...
–काय करायला हवं?
जमाना बदललेला आहे.

आपण दोघांनी एकमेकांचं करायला हवं.
एकमेकांना सांभाळायला हवं.
एकमेकांचा सन्मान करायला हवा.
खरंतर एकमेकांना कायम जिंकण्याचा
प्रयत्न करायला हवा.
तुझ्यातला प्रियकर, माझ्यातली प्रेयसी
एकत्र नांदायला हवेत.
पण मी अशी वागले की,
तू मला दासी समजून करून घेतो.
...तुझ्या बाबतीत माझे एकटीचे प्रयत्न
अधुरे पडतात.
जिथे माझी प्रत्येक अपेक्षा भंग होते
तिथे तू माझ्याशी माझ्यासारखा वागावा म्हणून
मी तुझ्या इच्छा-आकांक्षासाठी परवान चढते.
पण शेवटी तुझ्या पुरुषार्थासमोर माझा
पालापाचोळा होतो. तेव्हा वाटते;
खरंच आपण प्रेमात
इतक्या समोर यायला नको होतं.
...खूप भूक लागली की अन्नाचं आकर्षणही
जबरदस्त असते, ती शमली की
अन्नाची गरजही कमी होत जाते.
हे कळते मला,
पण भूक नेहमीकरता शांत नसते?
प्रेमाच्या भुकेचंही असंच असते.
...तुझे विचार कदाचित वेगळे असू शकतील.
कारण इतक्यात तुझ्या वागण्याचा
अर्थच नाही लागत.
एकेकाळचं तुझे सागराएवढे
विशाल प्रेम आज ओंजळीभरील
रीतभातासारखे उरले आहे.
...एकवेळा मी तुझ्या मनाचा

ठाव घ्यायचा प्रयत्न केलाही.
पण तुझ्या मनातील दुनियाभराच्या
भाऊगर्दीत तू हरवला होता.
जास्त ढवळाढवळ करू नकोस,
तुला आणखी काय पाहिजे,
जे आहे ते सर्व तुझ्याचसाठी आहे.
यातही तू समाधानी नसशील तर
तुझ्यासारखी असमाधानी तूच...
आताशा मला असमाधानी या शब्दाची
फार भीती वाटतेय,
राहायला घर, झोपायला पलंग,
घालायला कपडे, खायला अन्न,
प्रवासाला गाडी, सुख-समाधानाच्या
या टिपिकल चौकटीत मी समाधानी आहे.
मला हे मानावंच लागेल.
कारण समाधानाच्या अजून काही सीमा आहेत,
हे समजायला तू तयारच नाहीस रसिया...!

✽✽

१९...

...खिडकीतून ऊन झिरपते...

मनात तिची आठवण. आज पहाटेच भेटली.

म्हणाली... बघ ना! यांनी आपल्या घराच्या भिंती किती उंच केल्यात.

मी कळू नये म्हणून... नकळत मी स्तब्ध.

इतक्या वर्षांनी ही तिथेच कशी? तशीच...

खाली मान घातली तर अभ्यासात.

मान वर केली की त्याच्यात गुंतलेली...

सतत त्याच्या अवतीभवती, त्याचा पिच्छा करीत.

कधी वाटायचं, तिला त्याला बघायला अवकाश

की समोरची भिंत पारदर्शी, कडा न् कडा निखळलेल्या

...अन् तो दिसेल अशा किती जागा, किती कोपरे, किती फटी,

फटी-फटींतून दिसणारा तो

आपल्या सहस्र किरणांनी तिला व्यापून टाकणारा

तिचा दीपक... ती त्रिशिला.

आठवून घशाला कोरड पडतेय. पण इतक्यातच,

याच काळात तिने स्वतःचा खून केला.

अर्थात; खूपसे अर्थ मागे सोडून

कधी तिच्या बोलण्यातून कळलं, कधी नाही...

ती गेल्यावर सुरुवातीला वारंवार स्वप्नात यायची

बोलायची, हिंडायची, फिरायची,

मी घरी निघायच्या वेळेस मात्र व्याकूळ व्हायची...

आधी वाईट वाटायचं.... नंतर नंतर सवय झाली

आता तिची आठवण माझ्या जगण्याचा भाग

पण, आज पहाटे मात्र

माझं जगणं विव्हळवून गेली...

तिच्या घराशेजारी असलेलं त्याचं घर

तिच्या नजरा बंद केलेल्या उंच भिंती
आणि तिचे मला सांगणे,
पहा ना! याने याच्या घराच्या भिंती किती उंच केल्यात
मी कळू नये म्हणून...
मग हलकेच, हात धरल्यासारखं वाटतं,
तिला माहीत असलेल्या कुठल्याशा दरीतून आत नेत
त्याच्यासमोर... तू सांग ना त्याला मी त्यांच्यावर खूप प्रेम करते
मी त्यांच्यासाठी काहीही करू शकते... घर, नोकरी, मुलं
त्याच्या सारं सहू शकते... दुःख, अपमान, अवहेलना
याच्यासाठी सारं सोडू शकते... घर-दार, समाज
मी याच्यासाठी जगही...
बधीरसं हसत थांबते.
क्षणभर माझ्याकडे, क्षणभर त्याच्याकडे पाहत...

शहारून मी पाहते...
त्या उंच-उंच भिंती आडच्या रिकाम्या खोल्या
त्याची रिकामी नजर आणि तिची रिकामी जागा...

❉❉

२०...

पान नं. ८०

तू नेहमी जाताना दिसतोस
या मनातून, या कायेतून
त्या दारातून
त्या पुढच्या त्या दोन दारातून
तू जाताना दिसतोस
फक्त जाताना

सरळ मागे न बघता
तुझ्या मागे
माझी नजर मलाच सोडून गेलेली
कितीतरी कोरडे हुंदके
कोरडे उसासे
कोरडे कढ
या बांधावरचे या बांधावरच
आवाज आवाजही असाच
कोंडल्यागत...

पान नं. ११४

माझं असणं तुझ्यापर्यंत पोहचत नाही
आणि तुझं दिसणं माझ्याकडून पुसत नाही
मी पाहात राहते अथांग
या तीरावरून त्या तीरापर्यंत
तू वाहात असतो लाटांसारखा अवखळ

पान नं. १३५
फक्त दोन चार मिनिटच
त्या दोन चार मिनिटांत
तुला तुझं बोलायचं असतं
मला माझं
दोघांनाही न्याय मिळत नाही
शेवट तोडणे कापाकापी
दुखावलेला तू मी
परत आपापल्या घरात
एकमेकांचा विचार करीत
एकमेकांशिवाय उदास...

पान नं. २४१
कुंडीतलं जंगल
खिडकीतील आभाळ
वेताचा झोका... जरा बेताचाच
आणि माझे निश्चल क्षण
बाकी कुठलाही
विषय तरंग नाही
दाणे टिपत असलेल्या चिमण्या
लिली पॉटच्या तळ्यातील पाणी
काही फूल सुगंध नसलेले
एकटक नजर
दूरवर...

दूरवर,
हा न संपणारा रस्ता
या रस्त्यापलीकडील
तुझं घर
समोर मंदिर

नजरेआड...

तुझ्या माझ्या मध्ये
लोकांची नदी
दुथडी भरून वाहतेय
तू किनाऱ्याला धरून
मी माणसा माणसात
पोहू न शकणारी

तुझ्याकडे माझी
एक सांजवेळ उधार
त्याची वाट पाहत...

पान नं. २८९
- एक गार वाऱ्याची झुळूक पाठव रे
- तुझ्यासाठी वारा घेऊन येतो
- सोबत एक सरही आण
- मग पाऊसच होऊन येतो

तुझ्या पाऊस होण्याच्या गोष्टीला
किती मोसम येऊन गुजरलेत... रसिया

पान नं. ३३२
--- --- ---
--- --- ---

❀❀

२१...

...जगातील एकूण साहित्यात
'प्रेम' या विषयावर सर्वांत जास्त लिहिले गेलेले आहे.
सिनेमा पाहा प्रेम, कविता वाचा प्रेम, कादंबरीत प्रेम,
कथेत प्रेम, अपचन कसं होत नाही या लोकांना?
बेवारस प्राण्यांबाबत, अनाथ मुलांबाबत,
बलात्कारितांच्या विवाहाबाबत, गुन्हेगारांच्या,
दूषित हवेच्या शुद्धीकरणाबाबत
एवढा विचार का केला जात नाही, कळत नाही.
तुम्हाला काय वाटते?
तेव्हा ग्रुपमधून तिला एक प्रश्न येतो,
अगं, तू कुणाच्या प्रेमात पडली नाही ना, म्हणून असं बोलतेस...
तिचे उत्तर– आपण त्या रस्त्याचे मुसाफिर नाही हं!
म्हणत तिचं नेहमीसारखं उडतं-उडतं...
आणि एक दिवस अचानक तिच्या घरासमोर
एक चेरी कलरची सुंदर गाडी येऊन थांबते.
सुटाबुटांतले सर्वजण उतरतात.
बैठकीत गप्पांची मैफल रंगते.
विषय असतो लग्नाचा. दीपाच्या लग्नाचा.
तिला पाहायला पाहुणे आलेले असतात.
दीपा अतिशय प्रॅक्टिकल मुलगी,
प्रत्येक गोष्टीचा व्यवहारी दृष्टिकोनाने विचार करणारी
महत्त्वाकांक्षी, करिअरिस्ट
भावनिकतेचा कुठलाही लवलेश नसणारी...
ही तिची ओळख.
तिला जेव्हा कळतं, हा चेरी कलरचा गाडीवाला
तिला पाहायला आला आहे,

तेव्हा ती खूप खूश होते.

त्याच्यावर नव्हे गाडीवर,

कारण तिला गाडीवाला नवरा पाहिजे होता.

पुढे तिने जेव्हा त्याला पाहिले,

तेव्हा ती स्वत:च्या नशिबावर बेहद्द खूश झाली.

तिला पाहिजे ते सर्व मिळालं होतं...आता ती,

माझं त्याच्याशी लग्न झालं नाही तर

मी स्वत:चं काय करीन सांगता येत नाही...

इथपर्यंत पोहोचली होती.

प्रेम म्हणजे काय असतं?

प्रेम म्हणजे असंच असावं, असं वाटून घेऊ लागली

आणि कुणाला कळू न देता प्रेम साहित्यात

आकंठ बुडून राहू लागली. या सुखात

अगदी तिने पाळलेली मांजर जरी दारात आडवी आली

तरी तिचं काळीज काळजीने चुरचुर व्हायचं.

आपल्या वैभवाला दृष्ट तर लागणार नाही ना?

या विचाराने ती काळी पडायची.

अशी ती आपल्या रसियाला घेऊन

आपल्याच दुनियेत मिरवीत राहायची

पण मग, एकदा व्यवहार (?) न पटल्यामुळे तो दुरावला...

दूर चालला गेला. कारण मात्र

मुलगा गैरवर्तणुकीचा होता असे सांगण्यात आले

आणि ती कोसळली पहिल्यांदा.

ओक्साबोक्शी रडली.

आता तिला परत उभं करायचं होतं.

म्हणून मग दीपा अतिशय प्रॅक्टिकल मुलगी,

प्रत्येक गोष्टीचा व्यवहारी दृष्टिकोनाने विचार करणारी

महत्त्वाकांक्षी, करिअरिस्ट, भावनिकतेचा कुठेही लवलेश नसणारी...

तिची ही रंगमंचावरची ओळख तिला पटवून देण्यात आली

आणि तीही झालं ते सर्वांसारखं विसरून अभिनयासाठी उभी राहिली,

पण आजही तिला चेरी कलरची गाडी दिसली की वाटते,

तो तिचा रसिया येईल. तिला गाडीत बसवून...
'जब आंचल रात का लहराए, और सारा आलम सो जाए।
तुम मुझसे मिलने, शमा जलाकर, ताजमहल में आ जाना'...
हे सुमधूर गीत लावेल...
सिगरेटच्या झुरक्यासोबत तिला जवळ घेईल...
आणि तिच्याही ओठांत सिगरेट दाबायचा प्रयत्न करील...
तिला ठसका लागेल... डोळ्यांत पाणी येईल... आणि
आणि...

✳✳

२२...

...आज आमच्या कट्ट्यावर प्रेमाचा विषय रंगला होता.
जो-तो आपापल्या आठवणी सांगत होता.
काही आपल्या कल्पनाविश्वात रमले होते.
मला मात्र या गप्पांत त्यांनी सामील केले नाही.
मी आपली मागे उभी राहिले.
विषय एकदम रंगात आला, तेव्हा
त्यांतला एकजण म्हणाला,
''अरे, मुलींचे प्रेम ओळखणे फार सोपे आहे.
मी तर समोरची मुलगी माझ्यावर प्रेम करते की नाही
हे एका मिनिटात सांगू शकतो.''
मी त्याला म्हणणार होते, तू बोलतोस ते साफ खोटं आहे.
महाभारतात युधिष्ठिरानं जरी कुंतीला
तुमच्या मनात कोणत्याच गोष्टी राहायच्या नाहीत,
असा शाप दिला, तरी तो कधीचाच संपुष्टात आला आहे,
हे त्याला मला सांगायचं होतं, समजवायचं होतं.
पण मग उगाचच इतका खटाटोप कशाला?
स्वत:लाच प्रश्न केला आणि आपल्या तनहाई-शहनाईत गुंग राहिले.
...लहानपणी मला आतेभावाच्या नावाने चिडवायचे.
माझी एक मुंबईची ताई आली होती. तिने सगळ्यांना रागावलेही,
की असं करताना तुम्ही मुला-मुलींचा विचार करीत नाही.
त्यांच्या मनावर हे खरोखरच कोरले गेले, तर काहीतरी गहजब व्हायचा!
ती मुलगी त्याला आपला भावी पती समजायची आणि
असं झालं नाही, तर कोलमडून पडायची.
तुमचा खेळ त्यांची जीवनभराची सजा व्हायची.
पण तिची गोष्ट सगळ्यांनी पिटाळून लावली. असं होत नाही
आम्ही गंमत करतोय, हे तिलाही कळतेय. इतकी अजाण नाही ती...

त्यांना काय माहीत. मी खरोखरच अजाण होते.

ते चिडवायचे त्यात तोही सामील व्हायचा...

रिकाम्या वेळेतील या नवरा-नवरीच्या खेळांत

मी कधीपासून सामील होत गेले हे कळलंच नाही.

आता त्याचं स्वप्न पाहणं, त्याच्यासोबत मनानं संसार करणं

हा माझा छंद झाला होता, पण हे सगळं कुणाला सांगावं?

कुणाजवळ बोलावं? इतका नाजूक विषय की, बोलायला भीती वाटते.

उगाच गालबोट लागेल म्हणून अंग शहारते.

'दिन ढल जाये, हाय रात ना जाय,

तू तो न आये तेरी याद सताए' या उदास गाण्यासारखी

ही उदास रात्र अधिक गहरी होत जाते.

पण तुझा त्यात काहीच दोष नाही.

माझ्या मनातील प्रेम मी कळू दिलं नाही.

मी खून केला माझ्या भावनांचा, माझ्या स्वप्नांचा.

या गुन्ह्याची इतकी शिक्षा मिळायलाच हवी ना?

तू मला कधीपासून आवडायला लागला...

मी तुला पाहून लाजायला लागले तेव्हापासून

तेव्हापासून तू माझा रसिया झाला होतास.

गावातील दोन कोपऱ्यांवर आपली घरं होती.

आई दादाला तुझ्या घरून काही आणायला सांगायची,

तेव्हा मीच तयार व्हायची. दिवसातून कितीतरी चकरा व्हायच्या.

कधी तू दिसायचा, कधी नाही.

दिसला नाही म्हणून तर कधी दिसला म्हणून येरझारा सुरू असायच्या.

मी अबोल. तू एक-दोन वाक्यं बोलायचास

तेवढे ऐकून माझे कान तापायचे, गाल आरक्त व्हायचे,

ते कोणाला दिसू नये म्हणून मी गालावर उगाचच हात चोळत राहायची.

मी खूप लहान नव्हते, पण तुझ्यापेक्षा लहानच होते.

त्यामुळे माझं हे वागणं कोणी गृहीत धरलं नाही.

मी बुजरी आहे म्हणून अशी वागते, असेच सगळे समजत गेले.

मी बुजरी होते, अबोल होते त्यापेक्षा मी भित्री होते.

मला खूप भीती वाटायची. बाबांची, त्यांच्या रागाची.

माझ्या बाबांकडे पाहून मी देवाजवळ प्रार्थना करायची,
मला प्रेमबीम काही होऊ देऊ नको.
माझ्या वडिलांना ते सर्व पाप वाटते.
ते म्हणतील ते सर्व करण्यात मी पुण्य मानते.
या युद्धात कोण जिंकल? देव, माझे वडील, की तू?
मी तुझ्या प्रेमात हरले आणि तुझे प्रेम जिंकले.
पण तू माझ्यावर कधी प्रेमच केलं नाहीस.
हे मला माहीत होतं. एकदा स्वप्नात तुझ्या प्रेमात मी चिंब भिजले.
जाग आली तेव्हा मध्यरात्र उलटून गेली होती.
पण तेव्हा मी स्वप्नात आहे की जागी हे कळले नव्हते.
समोर बाबा झोपलेले पाहून आपल्या हातून खूप मोठी चूक
झालीय असं वाटू लागलं.
तेवढ्या रात्री कितीतरी वेळ मी अंघोळ करीत बसले होते.
पण एवढं करूनही तुझं प्रेम पुसलं जात नव्हतं,
तुझ्यापर्यंत पोहोचलही जात नव्हतं.
त्या दिवशी तू माझ्या हातावर पेढा ठेवला.
माझ्या गालाला हळूच चिमटा काढत म्हणाला,
"हा घे पेढा खा! लवकरच माझ्या लग्नाचे लाडू खाशील.
आता तुझी छुट्टी."
त्यावेळच्या मला माझ्याच हिमतीची दाद द्यावी लागेल.
न बोलता, न हसता, न रडता
मी बराच वेळ साधारण परिस्थितीत तेथे रेंगाळले.
एक वेळ वाटलं. खूप किंचाळून-किंचाळून रडावं.
एक वेळ वाटलं, तुझ्या कुशीत शिरून मनसोक्त रडून आपलं प्रेम सांगावं.
तूही माझ्यावर प्रेम करतोस, असं कबूल करून घ्यावं.
एक वेळ वाटलं, हीच वेळ आहे, काहीतरी करण्याची.
पण काहीच झालं नाही.
नेहमीसारखी संत्रे आणायला जाते, म्हणून थेट बगीच्याकडे धावत सुटले.
ठेच लागून पडले. बरं झालं रडण्याला बहाणा मिळाला.
आबा झाडाखाली झोपले होते. मी त्यांच्या शेजारी पहुडले
हुंदके देत-देत रडू लागले.

आबा म्हणाले, ''पाहून चालता येत नाही का पोरी? पडली ना!
रडू नकोस, चालायचंच...''

परत एकदा वाटलं यांना सगळं माहीत आहे.

मला भरून आलं, पण नाही. रसिया, माझं प्रेम कुणालाच कळलं नाही.

ते फक्त मला माहीत, माझ्या या जागणाऱ्या रात्रीला माहीत.

माझ्या या उदासवाण्या गाण्यांना माहीत...

ज्यांचं मन गुंतलं आहे, त्यांचं असंच होत असेल का रे?

पाहा ना हा शायरही तसंच काहीतरी बोलतो आहे...

'प्यार में जिनके सब कुछ खोया और हुऐ बदनाम।

उनके हातो हाल हुआ ये बैठे हैं दिल को थाम।

अपने कभी थे । अब हैं पराये...'

दिवस कसातरी कामात निघून जातो, पण रात्र जात नाही.

तू येणार नाहीस माहीत आहे, पण तुझी आठवण काही केल्या जात
नाही.

कुणाशी बोलावं या विषयावर, इतका नाजूक विषय की,

बोलायला भीती वाटते. उगाच गालबोट लागेल म्हणून अंग शहारते...

꧁꧂

२४...

...दोन खोल्यांचा संसार.
नाही, दोन खोल्यांत सारा संसार म्हणायला हवा.
राहणारी एकूण सात. कमविणारा एकटा आठवा.
डायनिंग कम स्टडी कम बेड कम ड्रॉइंग कम कम...
अशी ऑल इन वन असलेली एक खोली आणि
छोट्याशा चिरुटी वजा खोलीत स्वयंपाकघर.
श्वास घ्यायचं म्हटल्यास,
याच्या त्याच्या तोंडासमोर हवा शोधावी लागत असे.
या गर्दीतून सुटून मन आपोआप मोकळे स्वप्न पाहू लागले.
स्वप्नात मोकळ्या जागेतून टुमदार बंगला
कधी समोर आला कळलेच नाही.
तुझ्या त्या नवीन कोऱ्या बंगल्याकडे पाहिलं की
मन गार होऊन जाई.
आमच्या ऑल इन वन रूमच्या समोर
तुझी अभ्यासाची खोली होती.
तुझं हे सर्व ऐश्वर्य पाहून माझे मन तुला जळत होते.
तुझ्याशी ओळख वाढवायला धडपडत होते.
हळूहळू मला जाणवायला लागलं की,
तू तुझ्या त्या अभ्यासाच्या खोलीतून सतत
माझ्या घराकडे पाहतोय.
मला वाटलं, माझा भास असावा. पण नाही.
तू माझ्याचकडे बघायचा!
मलाही न त्या खिडकीतून मला पाहताना बघायचं आहे.
नाही समजलं ना? नाहीच कळणार तुला...
तू जसा त्या खिडकीतून पाहायचा ना!
तसं मी तुला दाराच्या फटीतून पाहायची.

पुढे ती सवयच झाली.

घरातील दिसेल त्या फटीतून मी तुला पाहायची.

तू दिसला नाहीस की, कासावीस व्हायची.

रसिया, माझे हे शोधणे तुला कधी दिसले का रे?

एकदा मैत्रीण म्हणाली, व्वा! क्या लंबा हाथ मारा यार!

पण खरंच, असं होतं का?

मी तुझ्या ऐश्वर्यावर भाळले होते का?

माझे तुझ्यावर खरंच मन बसले होते की

ते फक्त आकर्षण होते?

रसिया, काय झालं होतं मला?

आणि तुला काय होत होतं? कसं कळेल?...

तुझ्या घरी कोणीच ओळखीचं नव्हतं! तुला सोडून,

पण तुझीही आपली नजर ओळखच होती.

शेवटी तुझ्या आजीला गाठलं. तिच्याशी मैत्री झाली.

आम्ही दोघी एकाच रस्त्याने पाय मोकळे करायला

जात असताना ओळख झाली. वाढली,

अगदी तुझ्या खिडकीपर्यंत वाढली.

मला एका गोष्टीचं नेहमी आश्चर्य वाटायचं की,

मी तुला खिडकीबाहेरून पाहिले तर तू खिडकीत असायचा.

पण खिडकीजवळ आले तर तू अदृश्य व्हायचा. एकदा वाटलं,

तू म्हणजे खिडकीतील जिवंत वाटणारं चित्र असावं...

एक दिवस तुझ्या आजीसोबत मी तुझ्या घरी आले.

कोणी नाही पाहून खिडकीजवळ गेले.

खिडकीतून माझे घर पाहिले.

ते एका कोपऱ्यात लाजून चोपून उभे होते

आणि समोर माझ्या घरामागच्या फ्लॅटच्या गॅलरीत

तू आणि मोना अतिशय नजदीक बोलत उभे होता.

तुम्ही दोघे एकाच कॉलेजातील, एकाच वर्गातील.

खाली टेबलावर पडलेले तिचे वेगवेगळे कट्स...

कुठे तोकडे, कुठे नुसतेच...

रसिया, प्रेम असं उघडं असतं का रे?

बरं झालं मी खिडकीतून माझं घर पाहिलं.
नाहीतर मला त्या समोरील ताजमहालासारख्या
कोरीव सौंदर्याचा अर्थच कळला नसता.
मी तरी कशी रे बुद्धीचा इशारा न घेता सुसाट
मनासोबत धावत सुटले... आज माझी मलाच लाज वाटते.

हे सर्व पाहून माझ्या घरातील चार रंगांच्या चार पडद्यांनी
मला लपेटून घेतले. माझं फटीफटींतील स्वप्न अदृश्य होऊ लागलं.
पायाखालील मोकळी वाट आपोआप आखूड होऊ लागली.
आपल्या घराची दारे-खिडक्या बंद करून मी अभोगी राहू लागले...

॥

२५...

...ती खूप दिवसांनी भेटली.

तिच्याशी बोलावं, खूप गप्पा माराव्यात असं मनापासून वाटलं,

पण तिच्या गळ्यातलं मंगळसूत्र पाहून मी चूप बसले.

म्हणजे हिचंही लग्न झालं तर...

आता ही माझ्याही लग्नाचा विषय काढेल.

या विचारांनी मी थांबले आणि फार कमी शब्दांत तिचा निरोप घेतला.

तिला हे जाणवलं. तिच्या डोळ्यांत मी तसं वाचलं.

वाईट वाटलं, पण पर्याय नव्हता.

मी; माझे लग्न न होण्याची कारणे, उपाय, सांत्वन...

यामुळे इतके कंटाळले की समोर येईल त्याला टाळून गेले.

एकएकटी राहू लागले... हे सर्व सोडून कुठेतरी दूर निघून जावंसं वाटलं.

पण कुठे जाणार होते?

मैत्रिणींची, भावा-बहिणींची लग्नं आटोपलीत

आणि मित्र... मित्र म्हणून कोणी भेटलाच नाही.

सर्व आपआपले दोघेजण. मी मात्र...

पण मी एकटेपणाचं कधी भांडवलं केलं नाही.

शिक्षण पूर्ण केलं. नोकरी करते, मस्त खाते-पिते, राहते.

कसली चिंता नाही, काळजी नाही...

पण मला माहीत आहे, हा माझा अहंकार आहे.

मी आतून खचतेय, तुटत जातेय...

मी काळी आहे म्हणून माझे लग्न होत नाही, हे कळतेय मला.

पण आपले लग्न होत नाही, म्हणून आपण लग्नच करणार नाही

हा निर्णय जरी मी घेतला असला तरी

लोकांना यामागील अर्थ कळतोय ना?

मी स्वतःला फसवू शकते पण त्यांना नाही फसवू शकत.

म्हणून मग मी त्यांना टाळते, पण त्यांची सहानुभूती,

शब्दांचे उतारे, शहाणपणाचे सल्ले काही पाठ सोडीत नाहीत.
मी सापडले तर ठीक नाहीतर घरचे सापडतातच...
या सर्वांमुळे नकळत त्यांच्यात आणि माझ्यात
एक अंतर वाढत चाललंय, पण मी हे कोणाला सांगू?
त्यांचा जेव्हा स्वत:वरचा ताबा उठतो,
तेव्हा ते सर्वांचा राग माझ्यावर काढतात.
हिने स्वत:साठी जातीतील नाही तर परजातीतील मुलगा शोधावा इथपर्यंत..
मुलं काय रस्त्यावर पडली आहेत? आणि तुमची इभ्रत त्याचे काय?
आजवर मी तुमची इभ्रत सांभाळत आले.
कधी मनासारखे वागले नाही. त्याचे हे फळ?
तुमचा प्रक्षोभ मला कळू शकतो,
पण तुम्ही तुमचा नादच का सोडून देत नाही? मी सोडला ना?
...खरंच मी तो नाद सोडला का?
ज्या एका व्यक्तीसाठी मी इतकं सोसतेय
तिचा विचार माझ्या मनातून काढून टाकणे मला जमले का?
नाही. असं मी त्यांना सांगतेय, पण हे खरं नाही.
मी भातुलकी खेळायची अगदी तेव्हापासून
माझे या राणीचे त्या राजावर प्रेम आहे.
मी मोठी झाली आणि भातुकली गेली,
पण भातुकलीचा राजा मात्र विसरता आला नाही,
तो अजूनही माझ्या मनात माझा रसिया बनून आहे,
पण या चेहऱ्यांच्या गर्दीत कुठे रे शोधू तुला?
मला माहीत आहे, तू फक्त तूच माझा स्वीकार करशील.
या अंधारातून तूच मला काढशील.
राजा, माझ्याजवळ ती जादूची छडी असती तर...
मग या सर्वांची तोंडे आपोआप बंद झाली असती?
माझं तुझ्यावर खूप प्रेम आहे.
मला तुझ्यासोबत संसार करायचा आहे.
मला खरीखुरी तुझ्या मुलांची आई व्हायचे आहे.
त्यांना न्हाऊमाखू घालून शाळेत पाठवायचं आहे आणि...
खूप-खूप मनापासून संसार करायचा आहे.

पण मी अशी दिसतेय ना तेव्हा तूही...?
आपल्या भोगवादी संस्कृतीत
सौंदर्याच्या एका विशिष्ट मापापुढे शिग चढत नाही.
बरं, भरपूर पैसा असला तर यातून मार्ग निघतो का?
तो कुठपर्यंत यशस्वी होतो? एखाद्या लग्न न झालेल्या
वयस्क मुलाला समाज माझ्यासारखाच छळतो का?
असे एक ना अनेक प्रश्न मला तुझ्यासाठी सतत छळत असतात.
रसिया, शेवटी तुझ्याविना, तुझ्यासाठी किती नि काय काय?

तेरा हिज्र मेरा नसीब है... तेरा गम ही मेरी हयात है

꧁꧂

२६...

...चंदेरी पाणी चमचमतं.
पाण्याचा स्वभाव माणसासारखा लहरी. संस्कारीही.
जसे संस्कार होईल तसे वाहणार...
नदी, नाल्यातून, कोसळणाऱ्या धबधब्यातून
अगदी बिसलेरीच्या बुचातून.
...बिसलेरीभर पाणी. म्हणजे लीटरभर जीवन.
लीटरभर दूध आणि लीटरभर पाणी
सारख्याच किमतीत.
तहान; भुकेचा प्रश्न?
कोणी कशाने भागवतो... कोणी कशाने...
आता बघ ना!
तो जसं आईवडिलांवर प्रेम करतो.
तसं भावाबहिणीवर
तसं मुलांवर...
तसंच माझ्यावर...
कुठेच कुणाला कमीजास्त नाही.
सारं कसं, आखून रेखून
इतक्या इतक्यातच; या-या मापात
मापाच्या बाहेर, भरभरून ओसंडून नाहीच.
...त्याची लगोरी कशी खालून वर एकसारखी
चेंडूच्या लहानमोठ्या टप्प्यांपासून दूर...
आणि सारेच एकमेकांच्या कोनात खूश
फक्त मीच??
शरीराने मन नाही पकडता येत
आणि मग मनाच्या मागं मनाचं जगणं राहून जातं.
संसार शरीराचा खेळ होऊन बसतो...

कधीतरी मन त्या निसटलेल्या क्षणाच्या;
निसटलेल्या ओळीमागं थांबत,
फक्त तुझाच '...'
:
कुठे आहेस तू?

❀

२७...

...कितीतरी कितीतरी दिवसांनी
माझं तुझ्यावर प्रेम
माया काळजीची तोरण
मन भावनांची सजावट
अमूर्त इच्छांची शेज
डोळ्यांच्या पडद्याआड
हे ते असं तसं
सारं सुरेख सुशोभित
मनाचं खात कसं श्रीमंत, उदार
तू सारं हेरून
तुला सारं कळलेलं
आयतच सावज...
मग एक दिवस
प्रेम शरीरापासून सुरू होते
आणि शरीरापर्यंत संपते म्हणालास
तूही शरीरापलीकडे पोचला नाहीस
म्हणून मन विभक्त
शरीराची शाळा सुरू

तुझ्यासाठी तुझ्यापासनं
खूप सोसलंय मी...
माझ्या जिव्हाळ्याच्या वेदना
तुला सांगत असतानाही
खूप सोसलय रे मी तुला
एकसारखे तुला फक्त प्रेमच करीत होते
कारण तू मला फार हवासा होतास

पण तू मला हवा आहेस या एका कारणाने
तू जो वाट्टेल तसा...
माहीत हल्ली तर माझ्या मनाने नकोच हे सारं चा
एकसारखा हेका सुरू केला
कुठल्या एका क्षणाला
तो देवकण पावला आणि
क्षणात एका क्षणात
तू मिसकरेज झाला,
माझ्या मनातून
माझ्या तनातून...
तुझ्यावर माया करणारं काळीज
नितांत कोरं
पोकळ होऊन गेलं.
केवढा भार होता
हे आज कळतं.
तुझ्या विश्वनिर्मितीचे मूळ
फारच पोकळ होते... रसिया

काळजाचे कण सुटले असते तर
वेचताही आले असते
पण ते एकमेकांना इतके घट्ट धरून आहे की
त्यांना समजावताच येत नाही

शरीरभर उदासी पसरू लागली
की मन
मल्टिव्हिटॅमिन ड्रग्सचा सल्ला देते
मग त्याने कशा
पदार्थ नसला तरी
पदार्थाच्या गरजा भरून निघतात
समोर पदार्थ नसला तरी
अशी समोर माणसं नसली तरी

त्यांच्याशी निगडित
गरजा पूर्ण करण्यासाठी
काही ड्रग्ज...?

... किती दिवस मी अशी राहाणार आहे
सैरभैर कुठलाच थांगपत्ता नसलेली,
आताशा तर सगळंच दिसायला लागलंय
शब्दांत, स्पर्शांत जाणवायलाही लागलंय
अजून किती काळ त्याचं भूत मानगुटीवर
असणार आहे,
अजून किती काळ मी माझी नसणार आहे
प्रश्न माझाच मला.
तो मात्र पाठमोरी उभा.
नाही ना कळत मनातलंही काही
तो मला सोपी समजतो की कठीण.
सामाजिक समजतोय की असामाजिक.
कवटाळायला पाहतोय की टाळतोय.
पण एक नक्की तो दूर-दूर राहतोय...
तो दूर राहतोय म्हणून माझ्यातील पिशाच्च
त्याच्या मागे-मागे.
प्रचंड अपमान, प्रचंड अवहेलना.
प्रचंड मीपणाला ठेच लागून, ठेचाळून
मी त्यासाठी उभीच...

कधीतरी,
त्यानं म्हटलं होतं तू मला आवडते
कधीतरी...
माझं तुझ्यावर प्रेम आहे म्हणून...

꠹꠹

२८...

...किती छळतो हा ऊन-पावसाचा खेळ
पण, ऊन नसले तर पावसाची,
पाऊस नसता तर उन्हाची किंमत कळली नसती, जाऊ दे!
जाऊच तर द्यायचे असते. कुणालाच थांबवायचे नसते.
कुणालाच नाही. तो गेलाच ना...
त्याला हवं होतं ते सर्व घेऊन. मला असा रिक्त करून गेला.
परत तिचे हृदय वेदनेने पिळवटून येतं...
ती वरून सैरभैर धावत सुटते जिन्याच्या खाली
जिन्याच्या खाली आत त्याची खोली...
येता-जातानाची नजरभेट पुढे एक होईल
आणि नंतर अशी मार्गी लागेल,
याचा कधीच विचार केला नव्हता.
सुनी म्हणायची, माणसाने प्रत्येक गोष्टीचा चीतपट
विचार करावा, पण नाही ऐकलं.
त्यामुळे जसं मिळत गेलं तसं घेत गेले,
कुठलाच विचार न करता, परिणामांची पर्वा न करता
वाटलं, आपण खूप नशीबवान आहोत.
हा आपल्यावर प्रेम करतो.
किती सुंदर, किती हुशार, किती चांगल्या घरचा...
आपण याच्या समोर काहीच नाही.
तरी हा किती उत्कट प्रेम करतो.
आपलं प्रेम प्रकट करण्यासाठी
किती उत्कटतेने ओठ टेकवितो
विरघळून-विरघळून जाईपर्यंत.
पण हे विरघळणे परत मेण होणारे नाही.
ते जळून नेस्तनाबूत होणारं

पण आता काय...?

तो तिथून इथे शिकायला आला शिक्षण पूर्ण झालं.

परतुनी येतो म्हणून गेला आणि...

रसिया, तू सर्वस्वी माझा व्हावा म्हणून,

तू इतर कुठे जाऊ नये म्हणून,

तुला बांधून ठेवण्याच्या प्रयत्नात

मी माझे सर्व बंधन तोडले...

सांग कुठे चुकले?

तू म्हणशीलही मी तसा वागलो,

पण तुला तसं वागायला नको होतं?

तेही हेच म्हणतील, सर्व हेच म्हणेल...

पण मी काहीच बोलणार नाही.

मला माहीत आहे, ऊन्हं नसती तर पाऊस नसता.

ऊन कळले नसते तर पाऊसही कळला नसता.

आपले प्रेम पावसासारखे चिंब भिजलेले,

त्याचे परिणाम उन्हाच्या चटक्यासारखे दाहक...

या दोहोंच्या सावलीत मी माझ्या प्रेमाचं घरटं बांधलंय.

त्याला तुझ्या आठवणींनी सजवलंय.

तुझ्या शपथांची तोरणे लावलीत.

तुझ्या गुलाबी स्वप्नांचे करटन्स,

समोर त्या भिंतीवर तुझी-माझी फ्रेम

आणि ही खिडकी अशी सताड उघडी ठेवणार आहे

तुझी आठवण यायला दारं-खिडक्या लागत नाहीत,

पण घरी येण्यासाठी तुला खिडकीत डोकावायची सवय आहे.

मला माहीताहे,

मला ऊन दाखवून पावसाशी खेळण्याचा तुझा छंद वेगळा आहे...

✤✤

२९...

...तो - हॅलो... ती - हॅलो.

झोपाळ्यावर बसून कोणाचा विचार करीत होतीस गं?

अभयचा

-तुझं खूप प्रेम होतं ना त्याच्यावर. असं व्हायला नको होतं, पण तुझ्या अशा विव्हळण्याने तो काय परत येणार आहे?

- मला कळत का नाही, पण जाताना त्याच्याशी जुळलेल्या माझ्या शारीरिक, मानसिक गरजाही घेऊन गेला असता तर... अशी एकटीला सोडून गेला. माझा जरासुद्धा विचार केला नाही.

- जाणारा माणूस पूर्ण विचार करून जातो, असं तुला कोणी सांगितले आणि तू एकटी कुठे आहेस? छकुली आहे ना तुझ्यासोबत. मीही आहे.

- तू कोण? कोण बोलतेय.

- मी...

आणि त्या तीन खोल्यांच्या ब्लॉकमध्ये शेकडो वर्षांची शांतता पसरली. भीती वाटते पण भीती वाटावी असे तो बोलत नाही. कुतूहल वाटते पण तो स्वत:विषयी काही सांगत नाही. एक अनोळखी पण मला पूर्ण ओळखणारा हा कोण असावा?

....

तो - हॅलो, ती - हॅलो

- तू बाहेर अंगणात तुझ्या अंडरगारमेंट्सचं तोरण कशाला लावतेस गं? बरं दिसतं का? आतमध्ये वाळत घालत जा. पाहणारे त्याच्यातही शरीर शोधत असतात. मूर्ख कुठली. कधी कळणार तुला माहीत नाही. बरं, आज तुझ्याकडे कोण कोण आलं होतं. भोचक साले. त्यांच्यापासून सावध राहायला शीक. एकजात स्वार्थी आहेत सगळे. तुझ्याकडून आपली सर्व कामे कशी करून घेतील याचा पत्ताही लागणार नाही. तू अशी किरकोळ बांध्याची, किरकोळ बुद्धीची, किराणा दुकानात बसल्यासारखी आपल्या अकलेच्या पुड्या वाटीत जाऊ नकोस. माहीत आहे तू मोठी वकील आहेस ते... हॅलो हॅलो, अगं बोलत का नाहीस?

राग आला का? ठीक आहे, फोन ठेवतो. टेक केअर.

हा असा कसा विचित्र माणूस आहे. फोन करतो. असा ताडताड बोलतो आणि... खरंतर माझ्या खासगी आयुष्यात ढवळाढवळ करायचा त्याला काय हक्क आहे. तो माझा लागतो तरी कोण? शीट.

छकुलीला दवाखान्यातून आणले. झोपवले. किती रोड झालीय. तिच्यासाठी काय करावं सुचत नाही. इतके खाऊपिऊ घालूनसुद्धा हिच्या तब्येतीत काहीच फरक पडत नाही. काहीतरी करावं म्हणून एक नजर फोनकडे... तोच बेल वाजते आणि परत

तो - हॅलो... ती - हॅलो.

- छकुलीची तब्येत कशी आहे? डॉक्टर काय म्हणत होते? डायरिया झाला नं? तू तिची काळजी घेत नाही.

- करून करून थकले रे मी. माझ्याच्याने नाही होणार हे सगळं.

काही नाही होत, मी आहे ना? कोण बोलतंय मी...

काय होतं कळत नाही. मला त्याची सवय तर होत नाही ना? माझं त्याच्यावर किंवा त्याचं माझ्यावर प्रेम तर नाही ना? असं नसेल तर मी त्याच्या फोनची वाट का पाहते? तो तरी फोन करून माझ्या हसण्याची, माझ्या रडण्याची दखल का घेतो? काय आहे माझ्या मनात, आणि त्याच्याही??

आणि परत...

...

तो - हॅलो... ती - हॅलो.

- आज त्या पिवळ्या साडीत तू सोनचाफ्यासारखी खुलत होतीस. मला नाही राहवलं गेलं. तू माझ्या कल्पनेची साकार मूर्ती आहेस. तू मला आवडतेस. देव करो मीही तुला आवडो. तुझ्या मनात माझे विचार येओत. तुला माझीच स्वप्न पडोत...

असं कसं म्हणतो हा मी तर असा विचारही केला नाही. पण माझ्यावर एवढं प्रेमही नव्हतं केलं कुणी! हा मला दहा वर्षांपूर्वी भेटला असता तर... म्हणजे?

माझ्या मनातील सुप्त इच्छांना पूर्णाकार देणारा माझ्या मनातील रसिया का आहे तो?

आणि परत एकदा...

....

तो - हॅलो... ती - हॅलो.

- हॅलो हॅलो, कोण बोलतेय

- अगं, सारखी-सारखी काय विचारतेस

- मी मी बोलतोय.

- हो, पण तू कोण? हे विचारायची संधी तरी देतो, का? जेव्हा कोण बोलतंय असं विचारलं तर फोन ठेवून देतोस. शोध म्हणाला पण कुठे शोधू? मागे पुढे आजूबाजूला घरे असताना तू नेमका कुठून पाहतोस, कुठून बोलतोस हे कसं कळेल?

- मी एक दिवस तुला नक्की भेटेन.

- तोपर्यंत तू शोध. मी सापडेन.

आणि परत एकदा तिची भिरभिर सुरू होते.....

✻✻

३०...

...रात्रीच्या अंधारात खिडकीच्या तावदानावर
वीज चमकताना दिसली.
खिडकी लावली नसती तर,
वीज उशाशीच येऊन पडली असती.
मग परवाच्या पेपरमध्ये...
'कवितेचा उशाशी वीज पडून मृत्यू'
अशी बातमी वाचायला मिळाली असती.
...नायक नायिकेच्या मीलनाप्रसंगी
पार्श्वभागाला असा पाऊस;
वीज कडाडताना दाखवितात.
नंतर निरभ्र आकाश...
साराच गुंता एका दमात सुटल्याचे संकेत.
...पाहिलं!
परत वीज लख्ख प्रकाशून गेली.
विजेचा संकेत जिथे मानला जात नाही
तिथे कडाडत असते, अगदी दार बंद केल्यावरही
खिडकीच्या तावदानावर 'भो' प्रकाशून जाते.
...रात्रभर खिडकीचा पट वाजत असतो
तिला तिच्या सोबतची खिडकी उघडायची असते
जी आताशा कायम बंद असते...
...आपल्या जाती, धर्माची जाणीव येईस्तोवर
'ते' सोबत राहत; एकमेकांना सलाम नमस्ते करत.
पण मग सलाम ला सलाम, नमस्ते ला नमस्ते मिळू लागले
तसतसे ते एकमेकात भिनायला लागले.
चंद्र हा देव. 'चांदनीरात' धर्म पाळू लागले.
रात्र-रात्र

आणि मग एका ईदच्या वेळेस दोघांनी
एकाच खिडकीतून चंद्र पाहिला..
त्यांच्या 'रुह'नी ओठांच्या स्पर्शातून मुबारक... नी बस!
मग त्यांतली एक खिडकी बंद झाली, कायमची...
धर्म, शास्त्र, नीतीचा हवाला देत
त्याची समज बंद करण्यात आली.
तिला समजावण्याची गरजच नाही पडली...
आताही ती खिडकीतून जाणं-येणं करते
खिडकीजवळ झोपते...

...सकाळी जाग आली, तेव्हा
चारही बाजूंनी पाऊस कोसळत होता.
रात्रभर ते दोघं स्वप्नांत विव्हळत होते.
मला ती दुसरी खिडकी उघडता आली नव्हती...

३१...

...त्याला तिचे मोकळे केस आवडायचे.
मऊ, सोनेरी, लांब म्हणता येईल इतके.
क्लाउनिंग ग्लोरीने धुतलेले.
तो सतत तिच्या केसांशी खेळत राहायचा.
तिलाही त्याच्या खेळण्याचं व्यसन लागलं होतं.
ती तासन् तास केस मोकळे सोडून
त्याची वाट बघायची, कधी तो यायचा, कधी नाही.
कधी त्याच्या स्पर्शाने तिचे केस चिंब व्हायचे
कधी नुसतेच कोरडे भुरभुरत उडत रहायचे.
ती उदास व्हायची...
एकदा रात्री उशिरापर्यंत त्याची वाट पाहत बसली.
तो आला. आपल्या फाटकाच्या आत
गाडी पार्क करून तिच्या अंगणात आला. म्हणाला,
"तू अशी माझी वाट पाहत जाऊ नकोस.
कोणी पाहिलं तर काय म्हणेल?"
तिच्या टपोऱ्या डोळ्यांत पाणी साचलं. म्हणाली,
"रसिया, तू माझ्यावर पूर्वीसारखं प्रेम करीत नाहीस.
तू दुसरीकडे कुठेतरी गुंतलास."
तिला वाटलं, शेवटच्या प्रश्नानिशी तो तिला जवळ घेईल.
तिच्या केसांतून बोटं फिरवत म्हणेल,
'माझं फक्त तुझ्यावर प्रेम आहे...'
पण तो असे काहीच बोलला नाही. फक्त म्हणाला,
मला जे पाहिजे ते तू मला देऊ शकत नाही...
ती - एकदा मागून तर पाहिले असते. तुझ्यासाठी तर...
पण हे ऐकायला तो समोर नव्हता.
समोरच्या अंधारात तो कधीच गडप झाला होता.

तिच्या स्वप्नातील पहिलावहिल्या संसाराचा असा काडीमोड.
तिने तिच्या मोकळ्या सोडलेल्या केसांतून स्वत:ची बोटे फिरविली
आणि गच्च धरून डोळे मिटून घेतले
तिचे हे केस त्याला गुंतवून ठेवू शकले नव्हते...

...तिला मोगऱ्याची फुलं आवडत होती.
म्हणून तो तिच्यासाठी मोगऱ्याची फुलं आणायचा.
ती नुसतेच हुंगायची, पण त्याला गजरा आवडायचा.
एक दिवस त्याने गजरा गुंफून आणला आणि
तिच्या मोकळ्या मऊ, सोनेरी, लांब म्हणता येईल इतक्या,
क्लाउनिंग ग्लोरीने धुतलेल्या केसांना बांधू लागला.
तशी ती म्हणाली, "ही तुझ्या भावाची अमानत आहे...
मला माहीत आहे, पण तो तुला सोडून गेला.
त्याला तुझी पर्वा नाही. तू त्याची वाट पाहू नको...
पण त्याच्यावर माझं प्रेम आहे... प्रेम म्हणू नकोस.
आकर्षण म्हण; फक्त आकर्षण..
तुझं माझ्यावर प्रेम आहे. खरं प्रेम
तुझं-माझं, आपलं पहिलं प्रेम...
पण तू माझ्यापेक्षा लहान आहेस..."
तो - 'ना उम्र की सीमा हो, ना जन्म का हो बंधन
जब प्यार करे कोई...' ती जास्त काही बोलणार नाही
अशी संधी साधून त्याने तिचे ओठ बंद केले...
आपलंही हे पहिलंच प्रेम आहे. ते केवळ आकर्षण होतं,
या विचारांनी तिने स्वत:ला समजावलं.
आता तिचे रात्रंदिवस या रसियाची वाट पाहण्यात जात होते.
कधी ती मोठ्या आणिक लहान भावाची तुलना करायची.
या शर्यतीत कधी मोठा बाजी मारायचा तर कधी लहान.
या सर्वात तिने मनाशी एक पक्का निर्णय केला होता की,
काहीही झाले तरी... याला दुखवायचे नाही
हा मागेल ते याला द्यायचं. शेवटी हे सर्व याचेच तर आहे.
पहिल्या वेळेस हा व्यवहार आपल्याला फारसा कळला नव्हता

म्हणून तो आपल्याला सोडून गेला. असो.

असे म्हणून ती त्याला न मागता सर्वस्वाचे दान करीत गेली.

तो तिच्या दूर जाऊ नये ही

एकच गोष्ट तिच्या मनाला सुरक्षितता देणारी होती.

बाकी गोष्टींचा कदाचित तिने विचारच केला नाही.

आपल्या या काडीमोडीच्या संसारात ती इतकी गुरफटली की...

तिच्या नवऱ्यासारखा वागणारा तिचा प्रियकर

आज स्वत:ला फक्त तिच्या इतर मित्रांसारखा मित्र म्हणवू लागला

आणि हे जेव्हा तिला कळलं, तेव्हा ती वेल, पिंपळासह कोलमडली.

खूप गयावया करून झाल्या... अगदी तुलाही असंच करायचं होतं तर...

पण काही उपयोग नाही.

....शेवटी या सर्वांना विसरण्यासाठी पार सरहद्दीपार

तिने लग्नाचा निर्णय घेतला.

त्याची मनोभावे सेवा करू लागली, पण करता-करता

घरातील एका कोपऱ्यात बसून आपल्या प्रेमाला आठवून रडायची

आणि त्याला हे कळायला वेळ लागला नाही.

शेवटी एक दिवस

तिच्या मऊ, सोनेरी, लांब म्हणता येईल इतक्या

क्लाउनिंग ग्लोरीने धुतलेल्या त्या केसांची वेणी पकडून

तिला कचकचून ओढले आणि तळमळत सांगितले,

''तू माझी नाही. तू माझी होऊच शकत नाहीस.'

तिचे लाडावलेले केस पहिल्यांदाच दुखावले.

तीही तेवढीच दुखावली आणि म्हणाली,

'जिथे मीच माझी नाही, तिथे मी दुसऱ्या कुणाची आहे

असं कसं म्हणू? एका विश्वासाच्या बदल्यात माझी केवढी विटंबना.''

एकाच्या शोधात दुसरा, दुसऱ्याच्या शोधात तिसरा, तिसऱ्याच्या शोधात...

शी... आज मी माझ्याच नजरेतून उतरलेय,

पण यात दोष फक्त माझा आहे. माझाच.

म्हणून शिक्षाही मलाच... शिक्षा देहान्त प्रायश्चित्त...

❋❋

३२...

...तिने तिच्या आयुष्यात
तुफान आल्याची कागदावर वर्दी दिली.
अतिशय शांत समुद्रातील तिची बोट
आणि... बोट धरून चाललेली ती,
अचानकच कुठूनतरी धसमुसळत
तुफान आलं;
अन् हलवून गेली पाण्याची काया
हिंदकाळल तिचं मन;
आणि मग?
आपल्या संसारी, सुसंस्कृत, संस्कारी
होडीचा हवाला देत
तिला समजून घेण्याची याचना करत...
थोड आकुंचन पावत
शब्दाशब्दांनी पसरत...
त्याचं माझ्यावर प्रेम आहे
आणि मग खूपशा भावनांचा गुंता दाखवत
त्याच्या स्पर्शाविषयीची भावना
बोलून दाखविली...
स्पर्श प्रेम व्यक्त करण्याचे साधन आहे
साधना आहे
योग आहे
पण..?
स्वत:च्या अस्पर्शित भावनेला
भावनेचा आधार देत थांबली
...तिच्यातील भावभावनांचे कंपन
फोनच्या व्हायब्रेटिंगमुळे

अधिकच जाणवले...
तशी फोन हाताने झाकीत
स्क्रीनवर हात ठेवीत
हळूच तिकडल्या कानात हॅलो
पुढे नुसतेच हुंकार, अस्पष्टसे.
मग तडक उभी होत
आपल्यात याच विषयावर बोलणं होणार आहे का?
आपण मित्र म्हणून...
मर्यादेपलीकडे घेऊन जाणारं त्याचं बोलणं...
तिला चारचौघांतून उठवून नेतं
पण तिला तो हवा असतो
त्याच्यासाठी म्हणून मग ती...

❈

३३...

...तू माझ्यापेक्षा जास्त प्रॅक्टिकल आहेस?
हे प्रॅक्टिकल असणे म्हणजे नेमके काय रे?
भावनाहीन असणे, व्यवहारी असणे म्हणजे प्रॅक्टिकल असणं होतं का?
तसे असते तर मी तुझ्यावर प्रेमच केले नसते.
कारण भावनाहीन, व्यवहारी लोकांना प्रेम होत नसतं.
कदाचित तुला हे पटणार नाही आणि तू पटवूनही घेणार नाहीस.
कारण तुझा मुद्दा मी प्रॅक्टिकल असते तरच समजू शकले असते
आणि म्हणून, आजकाल तुझ्या बोलण्यात,
प्रॅक्टिकल हो, प्रॅक्टिकल असावं, प्रॅक्टिकल झाली,
प्रॅक्टिकल आहेस, असेच ऐकण्यात येते.
मीही तुला असे विचारू शकते की,
तू माझ्यावर प्रेम केले तेव्हा
तुझ्या आईवडिलांना विचारून केले होते का?
मला जेव्हा एकांतात भेटायला बोलवायचाऽ तेव्हा
तुझ्या ताईची आणि दादाची परवानगी घ्यायचास का?
मला '...' करताना तू कुणाची संमती घ्यायचास? सांग ना?

कुणाच्या संमतीने तू माझ्यावर प्रेम केले?
आणि आता लग्न करायच्या वेळेस तू नकार देतोस.
साफ नकार देतोस. तुला कसे रे जमते असे वागायला???
मी साधी तुझ्यावर रागावले तरी मला माझेच दिवस-रात्र जगू देत नाही.
तुझ्या प्रेमाने माझ्या घरातील कोपरान् कोपरा सजलाय.
आज माझ्याच मनात मी पाहुणी झालेय आणि तू मला विसर म्हणतोस.
विसरून जा म्हणतोस, कसं...???
प्रेम या प्रात्यक्षिकाच्या (प्रॅक्टिकल) नावाखाली
तू प्रेमाचा प्रयोग करून पाहिला तर!

माझ्या साहित्यासारखा वापर केला. कृती केली. प्रमाण?

तर माझ्या घरच्यांना दुसऱ्या जातीतील मुलगी नकोय म्हणून प्रयोग असफल...

आता आपण प्रॅक्टिकली विचार करू

आणि प्रॅक्टिकल होऊन एकमेकांना विसरून जाऊ.

हे सर्व तुला खूप सोपं वाटलं, नाही!

नेहमीसारखे शब्द फेकले, खांदे उडवले,

केसातून हात फिरवला की खलास, सगळं खलास...

पण रसिया,

तू माझ्यासाठी काय आहे मी तुला कसे समजावू.

तू माझ्या रक्तात भिनलेली सवय झालीय

तू माझ्यावर प्रॅक्टिकली प्रेम केले असेल

पण मी तुझ्यावर मनापासून प्रेम केलेय.

निष्ठेच्या परंपरेतून तुझी झालेय...

तुला कदाचित मी तुझ्यासारखी वाटले म्हणून,

तू तुझ्या स्टाइलने मला घेऊन निघून गेलास?

मी मात्र लग्न-संसाराच्या स्वप्नात गुरफटले. निश्चिंत होऊन.

तू कधी असे काही सांगत येशील याची पुसटशी कल्पना नव्हती.

तू तुझ्या आईवडिलांच्या संमतीने लग्न कर,

मी माझ्या आईवडिलांच्या संमतीने

त्यांच्या विरोधात जाणे ठीक नाही हे कळतेय.

पण मला खात्री होती,

मी विश्वासात घेऊन त्यांना तुझ्याबद्दल सांगितले असते

तर त्यांनी नाही नसते म्हटले.

पण त्याअगोदरच...

तू तुझ्या घरच्यांना समजाविण्याचा प्रयत्न केला असशील ना!

नाही तर क्षणिक तुला त्यांनी आणलेल्या प्रपोजलवर मोह झाला असेल

आणि म्हणून...

कारण तू प्रॅक्टिकल आहेस आणि प्रॅक्टिकल माणसं

नफ्याचा कुठलाही व्यवहार करू शकतात.

तू करतो आहेस तसा...

❋❋

३४...

...कशी आहेस तू?
तशीच पुरात सोडून दिलेल्या नावेसारखी, हेलकावे खात.
घरी कोण-कोण आहे?
दोन बेटं आहेत एक मोठ, एक लहान.
मोठं बेट माझ्या नवऱ्याचं आहे. छोटं माझ्या मुलाच.
वा छान! तू काय करतेस
मी तुझ्यात गुंतलेल्या माझ्या अस्तित्वाचा शोध घेतेय.
तू अशीच बोलत राहणार असशील तर मी निघतो...
तू नेहमी निघायची, सोडून द्यायची भाषा का बोलतो रे?
- कारण तुला दुसरी भाषा समजत नाही.

...

आज कशासाठी बोलावलं आहेस.
मला मूल पाहिजेय.

...

तुझ्यापासून...
त्या दोन बेटांवर माझं अस्तित्व नाही,
माझं अस्तित्व तुझ्यात गुरफटलंय.
मी नवऱ्यासोबत शरीरधर्माचे, मुलासोबत कर्तव्याचे पूर्ण पालन करते.
पण मला पाहिजे त्यापासून मी वंचितच आहे. मी तुला कसं सांगू
ही आत्मविवंचना मी सहन करू शकत नाही.
एकदा, फक्त एकदा तू पूर्ण माझा हो... मला तुझ्यात सामावून घे.
- ते शक्य नाही, माझ्या काही जबाबदाऱ्या आहेत.
जबाबदारीच्या (?) सबबीवरून तू कायम टाळलासच
खरंतर माझ्यासाठी तुझी काहीही करण्याची तयारी असायला हवी होती.
पण तुझ्याबाबत मी गैरसमजातच राहिले.
तेव्हा कॉलेजमधील तुझ्या बहुआयामी व्यक्तिमत्त्वाने मला भुरळ पाडली होती.

तू सगळ्याच गोष्टींत पटाईत होता. अगदी मुली पटवण्यातही.
मला माहीत होतं, पण या वेळेस तुझा डाव मी असेन
याची पुसटशी जाणीवही नव्हती.
तुझ्या नजरेच्या जादूने मी कधीची धुंद झाले होते...
तुला आठवतं, सोबत चालताना आपला हात हाताला लागायचा
थोडे दूर सरकत, परत जवळ येत
कधीतरी हळूच तुझा हात माझ्या हाताला आलिंगन द्यायचा
माझी बोटं तुझ्या हाताच्या मिठीत विसावायची.
कोऱ्या मनावर तो स्पर्श उमटून जायचा... रात्री अपरात्री मला जागवायचा...
मी तेव्हाच तुला मनोमन माझा पुरुष म्हणून वरले होते.
मनोमनी तुला समर्पितही केले होते.
पण ते फक्त माझ्याच बाबतीत घडतं होतं? माझ्यासोबत तुझ्याबाबत नाही?
मी जेव्हा तुझ्यात गुंतत चालले होते तेव्हा तू कोणत्या टोकाला होतास?
माझ्या सोबत राहताना तू नक्की कोणासोबत राहत होता?
मला स्पर्श करताना तू नक्की कुणाला स्पर्श करायचास?
खूप खूप प्रश्न आहेत जे मला वेडावून सोडतात, काल आणि आजही...
आज तू मला भेटला आणि सगळ्याच भावना उचंबळून आल्यात.
तू मात्र तसाच मला पुरात लोटून स्थिर...
- तुझी तब्येत खराब आहे. तू घरी जा, मला खूप कामं आहेत.

तो निघून गेल्यावरही ती तशीच किनाऱ्यावर...
एक वेळ तिला वाटते या गार पाण्यात
उडी घ्यावी आणि संपवून टाकावं सर्व, पण ती वाहते... वाहतच राहते.
शेवटी किंचाळून उठते.
तू पुरुष नाहीस. पुरुष नाहीसच तू...

❊❊

३५...

...खरंतर काल तुला शेकडोंनी फोन केले
तू रेंजमध्ये नव्हता म्हणून जास्त.
तू फोन उचलू शकत नाही म्हणूनही जास्त.
एरवी तुला फोन करायची भीतीच.
माझ्या फोननी तुला होणाऱ्या आनंदाची भीती.
तो आनंद सहन न करण्याची भीती
...न सांगता तुझं असं गायब होणं, नवं नाही.
माझंही तुझ्यासाठी व्याकूळ होणं जुनंच.
एकमेकांना एकमेकांचं कळू न देण्याचा
हा खोटा लपंडाव. खोटाच.
कारण मला दिसतोस तू मजपासून दूर जात असलेला
अन् परतून माझ्यापर्यंत पोहोचलेला...
मीही सारी दारे-खिडक्या बंद करून तुझीच वाट पाहत बसलेली.
असा कसा रे तू? आणि अशी कशी रे मी?
एवढ्या मोठ्या विश्वाच्या पसाऱ्यात मीच सापडली का रे तुला छळायला?
नुसता छळ नीतीचा, नात्यांचा;
सहन करू शकत नाही आणि स्वीकारूही शकत नाही.
नाही नाही नाही म्हणत
परसबागेतीतले, बैठकीतले, माजघरातले, पाकघरातले
सारेच दरवाजे बंद करून इथे या खिडकीत बसलेय
समोर तुझ्या येण्या-जाण्याचा रस्ता...
...
...तू आपल्या भेटीचं बोलली होतीस.
कुठल्या आवेगात बोललीस कुणास ठाऊक?
पण मी तर आनंदाने मेलोच.
परमेश्वर प्रसन्न झाला.

मग, पहिला, दुसरा, तिसरा प्रहर
आणि हा रात्रीचा अंतिम प्रहर सुरू...
तू येऊ शकली नाहीस.
मला तुझ्या मर्यादा कळतात गं
पण माझ्या अमर्याद प्रेमाला कसं समजावू सांग ना?
क्षणभर वाटलं, छातीत हात खुपसून
त्या हृदयाला बाहेर काढावं आणि त्याचा पार चेंदामेंदा करावा.
नाही सहन होत मला...
अशरीर प्रेम करण्याचं व्रत.
मला तुझ्याशी बोलावंसं वाटतं.
तुला पाहावंसं वाटतं...
मला कोणी जवळ घ्यावं, माझ्यावर प्रेम करावं
खरंच या भावनेत काय वाईट?
तुला नाही कळायचं...
काहीही कळून न घेण्याचं ठरवल्यावर...

...

तुला कसं जमतं हे सारं थोपवून धरणं?
मला तुझ्यापर्यंत पोहचू न देणं?
दगड आहेस. तू दगडच राहशील...
नाही माझं प्रेम पाझरवेल नक्की...
हो, पण कधी?
उद्या माझा सत्कार आहे.
तुला न सांगताच जातोय.
तसा तुझ्यावर काही परिणाम होणार नाही.
पण माझं आपलं समाधान...

...

कधी नव्हे ते रात्री अकरा वाजेपर्यंत
तुला फोन करीत राहिले
कुठे रे गेला तू?
मनात नाना कुशंकांचे जाळे.
काही बरं-वाईट झालं का?

की मला सोडून गेला कायमचा....
या वाळवंटात तुझ्याविना...
तुझ्या कुठल्याच निर्णयाला माझी आडकाठी नाही.
देण्याघेण्याच्या व्यवहारात
आपण काहीच देणे-घेणे लागत नाही.
अव्यक्त भाव-भावनांचा हिशोब काय?
आपल्यावर कुणीतरी बेसुमार
प्रेम करतोय ही जाणीव फार सुखद
आणि त्याने कशाचीही अपेक्षा न करता
ते करतच रहावे हे तुझ्यासाठी दु:खदच...

❊❊

३६...

...ती; This chapter is closed. संपलं एकदाचं.
जवळपास संपवलं गेलं.
अशा नात्यांना भविष्य नसतं म्हणून आणि
त्यांना विशेष वर्तमान देऊ शकत नाही म्हणूनही
This chapter is closed. आता भूतकाळातील आठवणी
तेवढ्या भुतासारख्या मार्गावर.
त्यांना टाळू शकत नाही, उचकटून फेकू शकत नाही
म्हणून चिकटलेल्या. आत भूतबाधा झालेली मी.
भूत त्याच्या असामान्य असण्याचं, त्याच्या दिसण्याचं,
त्याच्या भेटीतून घट्ट होत जाणाऱ्या गाठींचं.
...सात जन्मांच्या सात पावलांच्या गाठीपुढं
निसटलेला हात, निखळलेला पदर
आणि निसटलेली गाठ सलतेय मनात...
खूप इच्छा होती त्यानं यावं, आपल्या संबंधाबाबत
एकदा यांच्यासमोर बोलावं.
आपण त्याला आवडतो कबूल करावं.
त्याचीही काय चूक?
मला कबूल करायला त्याला तीन वर्षं लागलीत
आणि आता तीन महिन्यांत घरच्यांसमोर कबूल करायचं म्हणजे...?
माझं तुझ्या बायकोवर प्रेम आहे. प्रेम आहे. प्रेम आहे बस्स!
त्यानंतर मी तुझ्यासाठी काहीही करायला तयार.
पण तू– यानंतर तो तुला सोडणार नाही
या भीतीनेच गारठला इतका की सारंच फ्रीज झालं
आता त्या प्रेमाच्या क्षणाची साठवण आइसक्युबमध्ये
बाहेर काढली की वितळणारी... गळणारी... वाहणारी...
...

तो;
कितीतरी दिवसांनी काल तिचा फोन आला.
खुंटीला अडकलेला जीव जागेवर आला
ती अजूनही विसरलेली नाही, याचा आत्मानंद झाला
आणि आता विसरायला हवं, म्हणून खेदही.
त्यानंतर सोपस्कार म्हणून मिसकॉल दिलाही
पण इच्छा नव्हती बोलायची तिच्याकडून काही ऐकायची.
काय सांगणार होतो?
तिनं आधीच कल्पना दिली होती
आपणच वेड्यासारखे वाहावत गेलो...
कसलं वेड होते ते?
पण त्या वेडेपणात कसलं सुख होतं... भिन्न

❋❋

३७...

...व्रत आहे माझे; तुला न भेटणे
तुझ्याशी न बोलणे, तुला न पाहणे
तुला माझ्यापासून दूर थोपवून धरणे
व्रत आहे माझे...
खरंतर खूप आसुसतो जीव तुझ्यासाठी
अन् मग विरघळून जायला
वेळही लागत नाही.
तुझ्यातील खोल आवाज तळातून उठवून
नेतो आपल्यासोबत...
मग माझी मी नाही माघारी फिरू शकत...
आणि मागचे दार बंद करून वाट नसलेल्यांनी
पुढे कुठे रे पाऊल टाकायचे?
कुठे आहे आपल्या तीन पावलांची जमीन?
एक पाऊल तुझं; एक माझं; दोघांची पावलं मिळून
तयार होईल अशी जमीन आहे कुठे?
पिळवटून टाकते आतल्याआत ही वेदना.
तडकून पडतील भिंती...
असं नाही वाटत; फार मजबुतीने वेढलेय मी.
पण दिवसातील एक श्वास मला
आतून सोलून काढतो आणि तुझी कळ जाणवते
तू कळवळतोय; तू तळमळतोय;
तू जळतोय... जाणवतं. जाणवत राहतं.
...तुझ्या साधनेतून पोहचतोस तू
या चिरेबंद भिंतीच्या आत.
मग तुझाच वेढा जाणवत राहतो.
स्पर्शून जातो आत्म्याला...

अस्पर्शित आत्मा थरथरतो.
व्रतबंध मी कोणत्याही मंत्राने
त्याला स्थिर करू शकत नाही.
...शेवटी अंत:करणातील निरगाठी निसटतात
निसटते मीही तुझ्यासोबत; कारण नंतर
बराच वेळ मी फक्त शरीर असते...
मनात ढग दाटलेले असतात
दूर कुठेतरी मी तुझ्यावर बरसत असते...

❊❊

३८...

दि. ७/१/
...वो काट
खूप ढीलवर कटली पतंग...
साऱ्या इच्छा आकांक्षाचे धागे
समेटून चक्रीवर गुंडाळल्या गेले.
पतंग छानच होता.
त्याला त्याच वेगळं असं
आकाश पाहिजे होतं.
पार पेच प्रसंगात अडकायची
त्याची इच्छा नव्हती
म्हणून मग ओढताणीत तुटला
कटला.
म्हणून मग साऱ्यांनीच
वो काट...
मी रित्या चक्रीसारखी
धाग्या धाग्यात अडकलेली

दि. ९/३/
विचारवं कोणीतरी मला
माझ्यातल्या तुझ्याविषयी
कोण आहेस?
कसा आहेस तू...?
मला साथ तर देतोस ना भरभरून...
मग सांगेन मीही
तू असा, तू तसा
खूप खूप छळतोस मला

वगैरे वगैरे...
पण कोणी मला विचारतच नाही
त्यांनी वजा केलंय तुला माझ्यातून
म्हणून की काय
तू माजतोय आत
अधिकाधिक...

दि. १०/३/
खरंतरं तुझ्या येण्याने जगण्याचा पोत
मऊसुत तलम रेशमी झालाय...
आता त्याची घडी बसत नाही
निसटू निसटून जाते....

अतिशय सूक्ष्म कणांचा पदार्थ
डब्यातून खाली सांडावा
तसं विखुरलेलं असतं मन
मला कण-कण वेचताही येत नाही...

दि. ६/५/
कसली ती तंद्री
सगळ्या गाड्या भराभरा रस्त्यावर पुढे
मी मात्र सिग्नललाच थांबलेली
मागुन कुणीतरी हुर्र.... हे करतं
आणि माझ्यातली गाय चालायला लागते.

कधीतरी वाटत विचारावं
तुझ्यात इतकी तल्लीन झालेली मी
दिसतेय का तुला...?

दि. ९/६/
शरीर मनावर
किती पुट चढली होती
शरीर मनावरील
किती पुट नाहीशी झाली
सारं शरीर मन
कोवळ्या जखमा झाल्यागत जिव्हाळलं
कुठूनही हात फिरवा
तू वाहायला लागतो
सारं वाहून जाऊ दे
एकदाच म्हणून... तासन् तास
कपड्यातून मळ निघावा
तसं आपटत धोपटत...
शरीरातून मनातून
तू बाहेर पडावा
हा एकच वेडा ध्यास

दि. १६/८/
आजकाल खूप लोकांना भेटते
बोलतेय, गदगदून हसतेय...
हसत राहते, डोळ्यांत पाणी येईस्तोवर...
सांगतेय मी अशीच आहे
समजावतेय मी अशीच आहे
पण मग जसजशी गर्दी हलू लागते
पाय ठिकाणी वळू लागतात
तसतसे गडद होत जातं
अधिकाधिक खोलवर रुतत जातं
मी तुझी आहे
फक्त तुझीच...

दि. २१/९/
गर्द घेतल्यासारखी मी हवेत
स्वत:चा आता-पता विसरलेली
कोणी काहीही विचारलं
तरी तुझ्या विषयीच सांगते
सगळ्यांना एकच पत्ता देतेय
पण कोणीच मला
तुझ्यापर्यंत पोहोचवत नाही
हा पत्ता माझ्यासाठी नसल्याचे सांगतात...
वेडेच आहेत सारे...

संध्याकाळी घरी जाताना
कुठेतरी थांबते रेंगाळते
मनातली तुझी सल
कमी व्हावी म्हणून

दि.३०/१०/
आज संध्याकाळी तिच्याकडे गेले
ती सांगत होती
तिच्या चपट्या भांगेच्या बॉसबद्दल
तिच्या ऑफीसच्या राजकारणाबद्दल
तिच्या सोशल आणि पर्सनल अफेअरबद्दल
ती एक प्रकरण.
मनातल्या मनात तिला टिपत
कथेच्या शेवटापर्यंत...
आजही तू दिसला नाहीस
पूर्णविराम.
आता यानंतर प्रत्येक घटनेच प्रसंगाच
चित्राच शीर्षक हेच
आजही तू दिसला नाहीस ....

दि. १८/१२
खूप दाटून आलं
की कोसळायला होतं
दाटून येतो काळोख
दाटून येतो उजेड
दाटून येते माझा मी
दाटून येते माझा तू
मग असं ओथंबून आल्यावर
मन ढग होतं
बरसावंसं वाटतं
तुझ्यावर... फक्त तुझ्यावर
पण तुझे प्रश्न
हा पाऊस तुझा-तुझा
हा पाऊस माझा-माझा
तो तर बरसत असतो
कितीही कापायचा प्रयत्न केला तरी
वेडाच आहेस तू... रसिया

❊

३९...

...त्याला पाऊस व्हायची फार घाई.
एकतर तू तरी पाऊस हो किंवा मी तरी...
एकतर तू तरी बरस किंवा मला तरी बरसू दे...
मनसोक्त तुला हवा तसा; हवा तितका.. किंवा तू बरस...
नाही तर असं करू दोघेही बरसू सर सर होऊन जाऊ...
किती रे आर्जवी निमंत्रणे तुझी...
मी जाणून माझे दोन्ही हात मागे बांधून ठेवलेत.
न जाणो तुझ्या हातात भिनून कधी...?
खूप-खूप गोंधळ असतो बघ विचारांचा, मनांचा...
म्हणून फार-फार राखून ठेवते मी स्वत:ला स्वत:पासून.
तुलाही सांगतेच की रे,
तुला मी माझ्यापासून वाचवण्याचा प्रयत्न करते म्हणून..!
पण अनेक वार सोसून, झेलून, रेलून तू
माझ्यासमोर उभा माझ्या समीप...
माझ्या ओठांसमोर हसत अगदी मधाळपणे.
मी कितीदा खाली पाहू, कितीदा नजरेस चोरू,
तुला दिसू नये, कळू नये म्हणून..!
कितीदा किती विषय तयार करू आणि त्या विषयांत
तुला गुंतलेला पाहून मनाच्या टिपकागदावर तुला किती टिपून घेऊ...
पण एकदाही तू पूर्ण उमटत नाही नि काहीतरी राहूनच जातं.
निसटूनच जातं. एकवेळ तुला म्हटलं,
"मी खूप छान रेखाचित्र काढते."
"तर गुलछबू तू काय म्हणालास,
मी बसतो ना तुझ्यासमोर तू काढ..."
अरे येडू, ते कसं शक्य आहे?
मी तर पाहतच राहीन ना रे, तुझ्याकडे अनिमिष नेत्रांनी.

मला माझी ही तहानच कळत नाही.
मला माझं मनच कळत नाही.
मला हे काय होतंय. याला काय नाव द्यावं?
याची काय ओळख असावी? याची कशी सुरुवात व्हावी?
याचा शेवट..?
शहारतं बघ. हा सारा विचार आला की अंग शहारतं.
प्रेम सहयोगातून तयार होतं. स्पर्श म्हणजे प्रेम नव्हे.
सोबतीनं प्रेम निर्माण होतं. विचार जुळल्याने ते टिकतं.
एकमेकांसाठीच्या बलिदानाने अजरामर होतं.
एकनिष्ठ राहिल्याने स्वर्गलोकास प्राप्त होतं.
संस्कृती, संस्कारांच्या, सुविचारांच्या पाट्यांचा
ढीगचा ढीग पडलाय डोक्यात...
पण त्यात एकही पाटी अशी नाही की,
कुणी आवडलंच पहिल्या नजरेत, पहिल्या भेटीत,
पहिल्या नजरेच्या टप्प्यात या विश्वासाने की,
हो, आपला सोबती हा असाच असायला हवा...
हा असाच असायला हवा होता... त्याचं काय?
त्याच्यासाठी न्याय काय?
मनासारखं वागण्याच्या असामाजिक समजल्या जाण्याच्या
तत्त्वावर ही बंधने फळू-फुलू द्यायची ती कशी?
हा सारा शासनमान्य शासनाचा भाग.
शिक्षा फक्त मला नि माझ्या संबंधांना,
आजन्म कोरडं ठणठणीत राहण्याचा कारावास.
हो, हे सारं असंच... रीतिभातीप्रमाणे चिकटलेले,
म्हणून मग मनास अधिकाधिक कठोर
अधिकाधिक पाषाण होण्यास कारणीभूत ठरलेलं,
सहज म्हणून वितळायचे नाही, मऊ व्हायचे नाही.
पण मग कोणी धडक दिलीच तर...?
धडधडत्या हृदयाने आपणच आपल्या मनावर काबू ठेवत...
प्रेमाच्या व्याख्येला आपल्या मनाप्रमाणे अर्थ देत
निर्दोष सुटकेचा प्रयत्न.

अधिकाधिक स्वत:त गुंतून स्वत:ला न्याय... ऑल इज वेल.

सगळे आपल्या हातचे खेळ. या हातावरून त्या हातावर,

या बोटावरून त्या बोटावर स्वत:च स्वत:ला खेळवत.

मध्ये पडलो की बाद... जसे आता झाले.

माझे मन माझ्याच हातून निसटून बाद झाले...

मला माहीत आहे तुझा असा शब्दांचा कीस,

विचारांचा भुगा नाही आवडत.

तू कसा बेफिकीर, बिनधास्त, बेडर...

माझ्या कुशीत मात्र भीतीचं बी पेरलेलं...

किती फरक आहे, सरिता आणि सागरात.

तरी सरितेला उधाणलेल्या सागराची ओढ...

जशी मला तुझी. खरंतर खूप थकले रे मी...

स्वत: स्वत:शीच लढून...

असं वाटतं, येत्या पावसात स्वत:ला आतून-बाहेरून धुऊन काढावं...

पण मग दिवसाच्या कुठल्याही प्रहरी तू मला लपेटलेला दिसतो त्याचं काय?

अंतर्मनातून तूच बोलतोस... कधी-कधी तर मनातच मावेनासा होतो.

मग मी धावून आलेल्या सरीखाली चिंब भिजते...

स्वत:ला पावसाच्या चांदण्यांनी टिपूर करून घेते...

एका पारदर्शी थेंबात तू दिसतोही गालात हसून उमटलेला...

ओठांवरील अमृताचे थेंब हलकेच टिपत..

✥✥

४०...

...अशी काळजी दाटत गेली, दाटत गेली
आणि काळीज पोखरून काळोख पसरला
लपेटून घेतलं मला, माझ्या भवतालाला.
माझी मी, माझ्याच गर्तेत बुडालेली... त्या डोहात
माझ्याच खणखणत्या हास्याने वेदना चिरत गेलेली
किती तास, किती दिवस, किती वर्षं....
आसपास चंद्राचा पाऊस
पण त्याचं एकही किरण तळापर्यंत न पोचलेलं.
म्हणून एक अधिकच विकट
अशा हास्याने चिरकाम सुरू...
त्याचे वेगवेगळे प्रयोग
त्याचं वेगवेगळ्या रेसेपी आणि त्यांची नावे
ही जिगरबाज, ही जिंदादिल...
ही थकलेली, ही हरलेली...
ही फसवणूक, ही अपमानकारक...
ही कच्ची, ही शिजलेली...
ही नासूर, ही बोथट...
मग आपल्याच अनुभवांना धार लावत
कराकरा कापत मी मग्न.
...लक्षात यायला उशीर झाला.
लक्षात यायला उशीर झाला
जेव्हा हे सारं एका सूक्ष्म अशा उजेडात
दिसायला लागलं...
कोणती ही तिरीप इथपर्यंत पोचलेली?
म्हणून मग माझी मीच, खिसे तपासावे तसे
स्वत:ला चाचपून, तपासून

पण माझ्याजवळ चकाकणारे असे कोणतेच धातू नव्हते...
मग?
मग त्या किरणाचा मागोवा घेत...
वर पाहिले तर एक चंद्र हसत होता.
तो हसत होता म्हणून मीही हसले
तितकेच गोड, तितकेच मधाळ, तितकेच हवेहवेसे.
खूप अंतराने...
अगदी मलाच आठवेनासे झालेय इतक्या दूर अंतराने.

आता माझं चंद्रकाम अधिक प्रखरतेने
अधिक सजगतेने,
कुठलीही गुंतागुंत न ठेवता
आत सारी आवरासावर, सारी विल्हेवाट, सारा संहार
पुस्तकं लावावीत तसा रचून ठेवलेला
एकाला दुसऱ्याचा आधार देत.
आता कुठलीच पडापड नको
कुठलीच चिरचार नको
खेदाने दुःखाने विकट हसणेही नको...
आता फक्त त्या चंद्रप्रकाशाच्या
शितल चांदण्यात न्हाणे, चिंब भिजणे.
खरंतर ही व्यास नसलेली मनाची आस
नादानच तरीही हवीहवीशी...
म्हणून आता माझ्या मुठीत चंद्र
माझ्या कुशीतही चंद्रच.

कुठून? कसा? कशासाठी? प्रश्न होते
उत्तरे त्याच्याहीजवळ नव्हती
फक्त एक नाद होता खुळावणारा बस्.
चंद्र खुळावणारा, चंद्र खुलवणारा
चंद्र शांत, चंद्र समंजस
चंद्र दूर

मग सवंगडी, सोबतीचे विषय
पोरके करणारे ठरल्यामुळे
सारीकडे तोच त्याच्याच वेगवेगळ्या प्रतिमा
त्याच्याही नकळत माझ्या मनात वसलेल्या.
मग त्याला इथून तिथे,
तिथून इथे करण्यात माझीच दमछाक.
कधी राग, कधी चीड, कधी संताप
कधी हातात, कधी हाताबाहेर म्हणून
तर कधी नजरेत, कधी नजरेआड आहे म्हणूनही...
किती जलद...
किती जलद किती इच्छा-आकांक्षांची तोरणं
बांधली गेलीत?
अगदी मनाच्या प्रत्येक उंबरठ्यावरील
माप ओलांडून...

पण खरंच कशाला हव्यात
मापात भरलेल्या इच्छा
मापात भरलेल्या आकांक्षा
मापात भरलेली जिंदगानी
जगावं की मनमुराद, मनसोक्त...
हा चंद्र भेटल्यानंतरचा उखाणा

आता कधीतरी आधीच्या रेषेतले पाऊल
अडखळवते... अडवते
तरी मन माझं माझ्या
चंद्रातच रमतेय... कळतेय जरी
तो चंद्र जो भास आहे
तो चंद्र जो ख्वाब आहे
तो चंद्र जो माझा नाही
तो चंद्र जो अनजान आहे

✵✶

४१...

...मी सांगत असते मनाला काम, कामानंतर काम
काम झाल्यानंतरही कामाच्या गोष्टी, काम आणि माणसाचं रहाटगाडं
काम आणि माणूस रथाची दोन चाकं वगैरे वगैरे....
कधीकधी तो ऐकतो, निमूट लगामाखाली वागतो
कधीकधी फितूर होतो... हातून निसटून जातो
नाहीच ऐकत तो कमावलेले तर्क, तत्त्वाच्याही ढुंगणाला लाथ घालत
तो पळत सुटतो... पळत...
भर उन्हात, बर्फाच्या लादीवरील गाणं गात, एकटाच झाडाच्या सावलीतून
आत-बाहेर करीत, बुंध्यावर श्रांत मान टेकवून....
'बैठे रहे, तसव्वुर-ए-जानाँ किये हुए...'
पण आज कोणीच नको... कोणीच, सगळ्या नात्यांपासून
विभक्तता हवी आहे. सोबतीचा सोस नकोय; शौक ही...
सगळी एकदम मनाच्या पार हद्दपार; बाद करावी इतकी सोसेना झालीय...
मोठंच काम आहे. याच एक सुंदर प्रात्यक्षिक आहे.
एके ठिकाणी डोळे लावून ध्यानस्त बसायचं, आपल्या दोन्ही बाजूला
दोन मातीची भांडी ठेवली आहेत, असा भास निर्माण करायचा....
एकात हवी असलेली... एकात नको असलेली नाती टाकत जायची
रितं व्हायचं, रितं होत जायचं, स्वत: स्वत:ला मिळवून एकरकमी
श्रीमंत व्हायचं... श्रीमंत!
...पण श्रीमंतीचा सोसही वाईटच! काय, काय करतो आपण
कुणा-कुणास वेठीस धरतो, आपल्या गरजा पूर्ण करता करता
किती कर्जबाजारी होतो? दुधाचं, मायेचं, लेकराचं
अभ्यासाचं, नोकरीचं, वास्तुचं, लग्नाचं... नखशिखांत कर्जाचा बाजार.
मग कर्ज मागणाऱ्यांची रांग... मुंगळ्यासारखी सतत प्रयत्न करणारी.
पळणारे आपण... टाळणारे आपण... पण आज सारंच त्यांच्या
स्वाधीन करून...

शटअप करणारेही आपणच. साऱ्या गरजा पूर्ण झाल्यानंतरची
संपृक्तता नाइलाजाने पण गाठता आली.

...घामाला गारव्याची झुळूक आणि अधिक गाढ निद्रा.
किती दिवस झालेत
आपण असे झोपलो नाही... मग कोणी-कोणी, किती-किती झोप
चोरून नेली याचा हिशोब. 'त्याच्या'नावासमोर अधिक बेरीज
...हं वेडाच आहे तो? किती समजावलं,
मेरे हालात की आंधी में बिखर जाओंगे... तरी ऐकतच नाही... आणि
त्यांनी ऐकलं तरी...? त्यानंतरच येणारं सुनपण किती भयाण असणार आहे

खेळणं काहीतरी टिक्कर बिल्ला, लगोरी, लपंडाव...
डोळ्यांना पट्टी बांधून लपंडाव खेळतेय कधीची, पण हवा तो गडी हाती
लागत नाही. वारंवार राज्य देऊनही तो आपल्यापासून दूरच...
तिघांनी मिळून खेळायचा तो कोणता गेम...?
असा एखादा खेळ आहे का? त्याला लहान करता येईल असा...
याला मोठं करता येईल असा... मग खेळू
रिंगा रिंगा रोजेस पॉकेट फुल ऑफ पोजेस...

आताशा वाटते एक दिवस, फक्त एक दिवस मनासारखा असावा...
आपल्या मनसख्या सोबत पूर्ण दिवस. मन देहावर नक्षी उमटावी इतका
अविस्मरणीय.
मन शरीरावरील कोणत्याही डागाची पर्वा न करता. कोण काय म्हणेल
याची काळजी न करता.
साऱ्या जबाबदाऱ्यांपासून दूर... साऱ्या कर्तव्यापासून दूर...
मी एक व्यक्ती म्हणून... मी एक माणूस म्हणून.... स्वत: स्वत:साठी
पूर्ण स्वत:ची होऊन;
नि:स्वार्थ स्वत:साठी काहीही न उरवता...
खरं तर हे मनाचे मना 'जोगी' निष्फळ दान...

नाही ना पाठ सोडत इथही हे उष्ण उसासे... काहीतरी थंड प्यायला हवे

आतपर्यंतच्या तृष्णेला शांत करेल इतकं थंड... आणि ओंजळीत बदाबदा पाणी... कोण ती? जी पाणी होत होती. जिच्या हाताला झरे लागले होते...

कित्ती भिजवलं मिट्ठी?

...कितीतरी कळ्यांचा फ्रॉक घातला होता तिने, सारखी गोल फिरवून दाखवत होती,

तिचा उंचच उंच जाणारा घेर... जणू सृष्टीच फिरतेय तिच्याभोवती...

बघ बघ, इथे जाऊ, तिथे जाऊ... हे करू ते करू, बघ उंच उंच झोके घेऊ...

बघ त्या ढगापर्यंत उंच... आणि ढगावर बसून खाली पाहू...

-थांब गं इथे आलोच आहोत तर माझ्या दोन सोंगट्या सापडतात का पाहू?

नाहीच जमत बघ खेळ त्यांच्याशिवाय...

पण तिचं आपलं... डोरेमानच्या डोक्यावरील चक्री बांधून हवेत उडू, रानात जाऊ, नदीत भिजू, वाघाला भौ करून पळू, खूप खूप खेळू....

आणि फक्त आइस्क्रीमच खाऊ.

-मला आइस्क्रीम आवडत नाही गं! एवढं बोलण्याचा अवकाश की परी झुऽऽऽ

...मग अनेकवेळा खारवटलेल्या ओठावरून जीभ फिरवत, समोर आलेल्या दगडाला जोरकसपणे लाथाडत, गाईच्या पाठीवरून हात फिरवत,

चिमण्यांकडे मायेनी पाहत, शिवारावरून हात फिरवत,

दिसलाच माणूस तर अनोळखी होऊन... मुलांच्या केसात मात्र गच्च बोट रुतवून पाचचे पाचही आशीर्वाद देत...

ओंजळभर पाणी झाडाच्या मुळाशी घालून, त्याच्या बुंध्याला मनसोक्त आलिंगन.

भुंग्याच कळीवरील प्रेम पाहत, त्याला प्रेम म्हणजे बेडटाईम नाही हे समजावत

मी पुढे पुढे खूप गर्दीत.... खूपशी दिसेनाशी होत...

मागे मी स्वत:ला शोधत, स्वत:चाच पाठलाग करीत...

आँखों मे भीगे भीगे से लम्हे लिये हुए...

**

...आणि त्या चुरगाळलेल्या कागदावरील शब्द

प्रेमात माणूस प्रेत होतो
तो मरत असतो
मरताना बघत असतो
मरत आहे म्हणून रडत असतो... आयुष्यभर
त्याचे प्रेत
खूप प्रेम केलं म्हणून,
प्रेम मिळाले नाही म्हणून
पेटत असतं, सारखं पेटतच असतं...
त्या मृत्युची खबरबात नसते
इथे स्वत: अंतयात्रा...
स्वत: दाहसंस्कार...
पिंडदान नाहीच.
इच्छा अपुऱ्या राहिल्याने...
मग,
अशा चालत्या बोलत्या प्रेतांच्या
वस्तीत बेमालूमपणे
एका प्रेताची भर
एका शुकशुकाट जीवनाचा पुन: आरंभ...

सुनीता झाडे
२०४, निलायम अपार्टमेंट, रिंग रोड,
टी-पॉइंट, नागपूर ३६
मो. नं. - ८८०६७४४२५२
mail - commonwomen@gmail.com
blog - http://sunitazade.blogspot.in/

➤ भौगोलिक शास्त्र आणि पत्रकारितेतील द्विपदवीधर आहेत.

➤ १४ वर्ष प्रिंट मीडियात विविध पदांवरील कामाचा अनुभव आहे

➤ सध्या इंटरनेट आणि मोबाईल मीडियासाठी क्रिएटिव्ह रायटर म्हणून काम करताहेत.

➤ दोन प्रकाशित / पुरस्कृत कवितासंग्रह आहेत.

➤ कॉमनवूमन (२००६), आत्मनग्न (२०१०).

➤ विदर्भ साहित्य संघ, पद्मगंधा, इंदुमती शेवडे आणि मीडियातील इतर पुरस्कारांनी सन्मानित.

➤ अखिल भारतीय आणि राज्यस्तरीय कविसंमेलन, कविगोष्ठीत; तसेच आयोजनात सहभाग.

➤ प्रमुख दिवाळी अंक, दैनिक पुरवण्या, हिंदी-मराठी कवितेसाठीचे विशेष मासिक, ई-मासिक, विविध ब्लॉग, अनियतकालिकात नियमित कविता प्रकाशित.

➤ आगामी कवितासंग्रह 'शाईचं विमनस्क छलकलेलं हास्य', 'गुनाहगार औरते' (हिंदी)